D1771711

தண்ணீர்

தண்ணீர்

அசோகமித்திரன் (1931–2017)

இயற்பெயர் ஜ. தியாகராஜன். செகந்தராபாத்தில் பிறந்தார். மெஹ்பூப் கல்லூரியிலும் நிஜாம் கல்லூரியிலும் ஆங்கிலம், இயற்பியல், வேதியியல் படித்தார். தந்தையின் மறைவுக்குப்பின் இருபத்தொன்றாம் வயதில் குடும்பத்துடன் சென்னைக்குக் குடியேறினார். *கணையாழி* மாத இதழின் ஆசிரியராக பல ஆண்டுகள் பணியாற்றினார்.

1951 முதல் தமிழிலும் ஆங்கிலத்திலும் எழுதினார். சிறுகதை, குறுநாவல், நாவல், கட்டுரை, விமர்சனம், சுய அனுபவப் பதிவு போன்ற பிரிவுகளில் 60 நூல்களுக்கு மேல் எழுதியிருக்கிறார். பல இந்திய மொழிகளிலும் சில ஐரோப்பிய மொழிகளிலும் இவரது நூல்கள் மொழிபெயர்க்கப்பட்டுள்ளன. 1973இல் அமெரிக்காவின் அயோவா பல்கலைக்கழகத்தின் எழுத்தாளர்களுக்கான சிறப்புப் பயிலரங்கில் கலந்துகொண்டவர்.

1996ஆம் ஆண்டு சாகித்திய அக்காதெமி விருது பெற்றார்.

அசோகமித்திரன் தனது 85வது வயதில், 23.03.2017 அன்று சென்னை வேளச்சேரியில் காலமானார்.

மனைவி: ராஜேஸ்வரி. மகன்கள்: தி. ரவிசங்கர், தி. முத்துக்குமார், தி. ராமகிருஷ்ணன்.

அசோகமித்திரனின்
பிற காலச்சுவடு வெளியீடுகள்

நாவல்

- 18வது அட்சக்கோடு (கிளாசிக் வரிசை)
- ஒற்றன்!
- யுத்தங்களுக்கிடையில்...
- மானசரோவர் (கிளாசிக் வரிசை)
- கரைந்த நிழல்கள் (கிளாசிக் வரிசை)
- இந்தியா 1944–48
- இன்று
- ஆகாயத் தாமரை

சிறுகதை

- ஐந்நூறு கோப்பைத் தட்டுகள் (கிளாசிக் வரிசை)
- வாழ்விலே ஒரு முறை (முதல் சிறுகதைத் தொகுப்பு வரிசை)
- அழிவற்றது
- 1945இல் இப்படியெல்லாம் இருந்தது...
- இரண்டு விரல் தட்டச்சு
- அசோகமித்திரன் சிறுகதைகள் (1956–2017)
- அமானுஷ்ய நினைவுகள்

குறுநாவல்

- இன்ஸ்பெக்டர் செண்பகராமன்
- அசோகமித்திரன் குறுநாவல்கள்: முழுத் தொகுப்பு
- மணல் (கிளாசிக் வரிசை)

கட்டுரை

- எரியாத நினைவுகள் (கிளாசிக் வரிசை)
- சில ஆசிரியர்கள் சில நூல்கள்
- படைப்புக்கலை
- ஒரு பார்வையில் சென்னை நகரம்
- ஆடிய ஆட்டமென்ன
- திரைக்குப் பின்

அசோகமித்திரன்

தண்ணீர்

காலச்சுவடு பதிப்பகம்

அன்பார்ந்த வாசகருக்கு,

வணக்கம்.

காலச்சுவடு நூலை வாங்கியமைக்கு நன்றி.

நூலின் உள்ளடக்கம், உருவாக்கம், அட்டைப்படம் இன்ன பிற அம்சங்கள் பற்றிய உங்கள் கருத்துகளையும் ஆலோசனைகளையும் காலச்சுவடு வரவேற்கிறது. தகவல், எழுத்து, வாக்கியப் பிழைகள் தென்பட்டால் அவசியம் தெரிவித்து உதவுங்கள். நூல் தயாரிப்பில் கடும் குறைபாடு இருப்பின் மாற்றுப் பிரதி உங்களுக்குக் கிடைக்கக் காலச்சுவடு ஏற்பாடு செய்யும்.

மின்னஞ்சல்: publisher@kalachuvadu.com

காலச்சுவடு நாகர்கோவில் அலுவலகத்திற்குக் கடிதம் அனுப்பலாம்.

தங்கள்
எஸ்.ஆர். சுந்தரம் (கண்ணன்)
பதிப்பாளர் — நிர்வாக இயக்குநர்

தண்ணீர் ❖ நாவல் ❖ ஆசிரியர்: அசோகமித்திரன் ❖ © ராஜேஸ்வரி, தி. ரவிசங்கர், தி. முத்துக்குமார், தி. ராமகிருஷ்ணன் ❖ முதல் பதிப்பு: 1973 ❖ காலச்சுவடு முதல் பதிப்பு: டிசம்பர் 2017, பன்னிரண்டாம் பதிப்பு: மார்ச் 2025 ❖ வெளியீடு: காலச்சுவடு பப்ளிகேஷன்ஸ் (பி) லிட்., 669, கே.பி. சாலை, நாகர்கோவில் 629001

taNNiir ❖ Novel ❖ Author: Ashokamitran ❖ © Rajeswari, T. Ravishankar, T. Muthukumar and T. Ramakrishnan ❖ Language: Tamil ❖ First Edition: 1973 ❖ Kalachuvadu First Edition: December 2017, Twelfth Edition: March 2025 ❖ Size: Demy ❖ Paper: 18.6 kg maplitho ❖ Pages: 144

Published by Kalachuvadu Publications Pvt. Ltd., 669 K.P. Road, Nagercoil 629001, India ❖ Phone: 91-4652-278525 ❖ e-mail: publications @kalachuvadu.com ❖ Printed at Mani Offset, Chennai 600077

ISBN: 978-93-86820-39-6

03/2025/S.No. 819, kcp 5647, 18.6 (12) urss

முன்னுரை

தண்ணீரின் ஈரம்

தண்ணீர் நாவலை இருபது வருடங்களுக்கு முன்னதாகப் படித்திருந்தால் நான் வாழ்க்கையில் இன்னும் மேம்பட்டவனாக இருந்திருப்பேன்.

சக்கரியா (மலையாள எழுத்தாளர்)

பார்க்கப்போனா தண்ணீர் நாவலை எழுதற போது எனக்கு வயசு முப்பத்தி எட்டு அந்த மாதிரிக் கதை எழுதறதுக்கு அது சின்ன வயசுன்னுகூடச் சொல்லலாம். எப்பவும் கதையோட மையம் மாறாதுன்னு நினைக்கிறேன்.

அசோகமித்திரன்

அசோகமித்திரனின் மாபெரும் படைப்புகளில் ஒன்றாகத் தண்ணீர் ஏன் கருதப்படுகிறது?

அதிக பக்கங்கள் கொண்ட பெரிய நாவல் அல்ல. ஏறத்தாழ நூறு பக்கத்தில் எழுதப்பட்ட நாவல் எப்படி இவ்வாறு காலம் கடந்த காவிய மாகவும் ஒருவிதத்தில் அசோகமித்திரனின் மாபெரும் படைப்புகளில் ஒன்றாகவும் தொடர்ந்து பாராட்டப்பட்டு வருகிறது?

இந்த நாவல் தண்ணீர் பிரச்சனையைச் சொல்கிறதா, பெண்களின் வாழ்வியல் சிக்கல் களைச் சொல்கிறதா, தண்ணீர் பிரச்சனை ஒரு குறியீடாகப் பயன்படுத்தப்படுகிறதா?.

எல்லாமுமாய் இருக்கிறது.

ஒரு பொருளுக்குத் தட்டுப்பாடு வரும்போது மனிதர்கள் என்னவாகிறார்கள்?

ஒருவர் மேல் ஒருவர் இரக்கம் கொள்கிறவர்களாகவும் இருப்பார்கள். சுயநலம் மிக்கவர்களாகவும் இருப்பார்கள். இவை எல்லாம் கலந்தவர்கள்தாம் மனிதர்கள். இவையே மனித உறவுகள். அசோகமித்திரன் தன்னுடைய கதாபாத்திரங்களை அதீத புத்திசாலிகளாகவோ, குரோதம் உடையவர்களாகவோ, தன்னலமற்றவர்களாகவோ படைக்கவில்லை. இது எல்லாமும் கலந்துதான் என்பது போன்ற பிம்பத்தையே தர முற்படுகிறார்.

சாயாவிற்கு ஜமுனா வேண்டியும் இருக்கிறது. ஆனால் பாஸ்கர் ராவுடான ஜமுனாவின் உறவு பிடிக்கவில்லை. ஜமுனாவிற்கும் சாயா வேண்டியிருக்கிறது. ஆனால் அவளால் பாஸ்கர் ராவையும் தூக்கிப்போட முடியவில்லை.

இதே போல்தான் சாயா, ஜமுனா ஆகியவர்களின் மாமியின் நிலையும். ஜமுனாவுக்குத் தன் கணவனின் சகோதரியைப் பார்த்துக்கொள்வதுடன் மாமியாரையும் சாயாவின் குழந்தையையும் பார்த்துக்கொள்ள வேண்டியிருக்கிறது. பாட்டி, அம்மாவின் வாய்க்கு பயந்து சாயாவாலும் ஜமுனாவாலும் வீட்டைவிட்டு வெளியே வந்துவிட முடிகிறது. ஆனால் மாமிக்கு இப்படி மற்றவரைப் பராமரிப்பதில் பெரிய உடன்பாடில்லை என்றாலும் பொருளாதாரத் தற்சார்பு இல்லை.

கீழ் மத்தியதர வர்க்கத்து வாழ்க்கையில் என்னவிதமான சிக்கல்கள் இருந்தாலும், இப்படியாகக் குடும்ப பாரத்தைச் சுமக்க வேண்டிய கட்டாயம் ஆண்களுக்கு. அவர்களைச் சார்ந்த பெண்களும் குடும்ப அமைப்பு இயங்கும் விதத்தில் இது குறித்துப் பெரிதாகக் கேள்விகள் எழுப்பும்படி வளர்க்கப்படவில்லை. அசோகமித்திரனின் அநேக கதைகளைப் போல் கீழ் மத்தியதர வர்க்கத்து ஆண்களும் பெண்களும் பாரம்பரியமான சில பொறுப்புகளைப் பெரிய எதிர்ப்பு இல்லாமல் சுமக்கிறார்கள். வாழ்க்கை என்பது இப்படித்தான் என்பதைப் பெரிய கேள்விகள் இல்லாமல் ஏற்றுக்கொள்கிறார்கள். இதன் ஊடேதான் தங்கள் சுகங்களையும் துக்கங்களையும் கடக்கிறார்கள்.

'தண்ணீர்' நாவலில் ஆண் பாத்திரங்களைவிடப் பெண் பாத்திரங்களே அதிகம். இவர்கள் எல்லாம் வெவ்வேறு வகையான பெண்களாகப் பட்டாலும் வாழ்வின் சாராம்சம் அவர்களுக்கு ஏறத்தாழ ஒன்றாகவே இருக்கிறது.

அன்றாட வாழ்வின் நடைமுறைச் சிக்கல்களில் சிக்கித் தவிக்கும் பெண்கள். ஒருமுறை தற்கொலைக்கு முயற்சி

செய்தாலும்கூடக் கதையின் ஊடாக ஜமுனா உறுதியான பெண்ணாகப் பரிமளிக்க துவங்குகிறாள். சொல்லப்போனால், கதையின் ஆரம்பத்தில் உறுதியாகத் தோற்றமளிக்கிற சாயா, கதையின் பின் அத்தியாங்களில் பலவீனமானவள் ஆகிறாள்.

சின்னஞ்சிறு வயதில் இருந்தே பிரச்சனைகளை மட்டுமே எதிர்கொள்கின்ற குண்டு டீச்சர், அதற்குள் சிக்கி இருப்பதுபோல், அதிலிருந்து வெளியே வந்து, தன் அனுபவங்களைத் தானே ஒரு பார்வையாளராகப் பார்க்கும் மனோபாவத்திற்குள் இருக்கிறாள்.

ஒரு பார்வைக்கு ஜமுனா, சாயா இருவருமே வீட்டைவிட்டு வெளியே வந்து தனித்து வாழும் வாழ்க்கையைத் தேர்ந்தெடுத்துக் கொண்டவர்களாகப் பட்டாலும், அவர்களும் பெரிய சுதந்திரமான வாழ்க்கையை வாழவில்லை.

ஜமுனா சினிமா ஆசையில் வாழ்க்கையைத் தொலைத்துத் திருமணமான ஒருவருடன் உறவில் இருக்கிறாள். பாஸ்கர் ராவ் பொய் சொல்கிறான் என்று தெரிந்துமே, மங்கிக் கலைந்துபோன சினிமா கனவை நனவாக்கிக்கொள்ள முன்பின் அறிமுகம் இல்லாதவர்களின் பாலியல் இச்சைகளுக்கு ஈடு கொடுக்கிறாள். ஒரு கட்டத்தில் முதுமை கவிழத் தொடங்கிவிட்ட அவள் தோற்றத்தைப் பார்த்து அவளுக்கே அவள் கனவு கலைந்து போகிறது. இருந்தாலும் படம் எடுப்பதற்குப் பணம் போடப் போகிறவர்கள் என்று பாஸ்கர் ராவ் நம்புகிறவர்களுக்கு ஈடுகொடுக்க வேண்டி இருக்கிறது.

இந்த தடவைகூட, அந்த இரு தடியர்கள், கண்கள் கலங்கி யிருக்க, வாயோரத்தில் எச்சில் ஒழுக, அந்த இரு நெல்லூர் தடியர்கள், அந்த ஹோட்டல் அறையில் ஜமுனாவை, துணியை அவிழ்த்து ஓட வைத்து வேடிக்கை பார்த்தார்கள். பாஸ்கர் ராவ் படம் எடுப்பதற்கு அவர்கள்தான் பணம் போடப் போகிறார்கள். வெளியூரிலிருந்து சினிமா எடுப்பதற்கு இங்கு வருபவர்கள் இரண்டிரண்டு பேராகத்தான் வருவார்களோ? அவர்களுக்கு வேடிக்கையிருந்தால் அவளும் அல்லவா அதில் ஏதோ பெரிய விளையாட்டு இருக்கிற மாதிரி சிரித்துக் கொண்டு இளித்துக்கொண்டு நெளிந்துகொண்டு தாவிக் கொண்டு குதித்துக்கொண்டிருந்தாள்? அந்த ஆபாசத்தைத் திருப்பிக்கூட நினைக்க முடியவில்லையே! (ப. 40)

தான் விரும்பிய சுதந்திரம் இது அல்ல என்று அவளுக்குத் தெரிகிறது. என்னதான் பாதுகாப்பான வளையமாக இருக்கு மென்றாலும் அதற்காக பாட்டியையும் அம்மாவையும் சகித்துக் கொள்ள முடிவதில்லை. அவளுக்குச் சுய பச்சாதாபம் ஏற்படும்

போது அசோகமித்திரன் குண்டு டீச்சரம்மா மூலம் ஜமுனாவிடம் பேசுகிறார்.

> உன்னோட தொல்லையெல்லாம் உன் தலைக்குள்ளே தானிருக்கு. உன் கண்ணுக்குள்ளேயிருக்கு. உன் கண்ணு வெளியிலே ஒண்ணையுமே பார்க்கறதில்லை. யாரைப் பார்த்தாலும் அவங்களைப் பாத்துக்கிற மாதிரியில்லாம கண்ணாடியிலே உன்னை நீயே பாத்துக்கிற மாதிரி பண்ணிடறது. உன் கண்ணாடி பூதங் காட்டற கண்ணாடி. ஏன் உனக்குள்ளே இவ்வளவு சுயநலமே நிறைஞ்சிருக்கு? உனக்கு ஏன் மத்தவங்களைப் பாக்கவே முடியலை? ஏன் உனக்கு மத்தவங்களைப் பத்தி நினைக்க முடியலை? மத்தவங்களைப் பற்றி கவலைப்பட முடியலை? (பக். 83–84)

நாம் எல்லாருமே ஏதோ ஒரு விதத்தில் ஜமுனாவாகத்தான் இருக்கிறோம்.

அசோகமித்திரன் தண்ணீர் பிரச்சனையைக் களமாக எடுத்துக்கொண்டதுகூட ஒரு சௌகர்யம் கருதித்தானோ என்று நினைக்கத் தோன்றுகிறது. ஒவ்வொரு கதை மாந்தருக்கும் வெவ்வேறு களங்களைத் தேர்ந்தெடுக்கும்பொழுது அது பற்றிய விவரணைகளுக்குள் போக நேர்கிறது. அனைவருக்கும் பொதுவான தண்ணீர்ப் பிரச்சனையைக் களமாகத் தேர்ந்தெடுப்பதில் தண்ணீர் தவிரப் புறரீதியான பிற விவரணைகளைத் தவிர்த்து மனித மனதின் பல்வேறு அம்சங்களில் கவனம் செலுத்த முடிந்திருக் கிறது.

பக்கங்கள் குறைவுதான். என்றாலும் நாவல் 27 அத்தியாயங் களாகப் பிரிக்கப்பட்டிருக்கிறது. சில அத்தியாயங்கள் இரண்டே பக்கங்கள்தான். ஒவ்வொரு அத்தியாயமும் ஒரு நபரின் அல்லது மனிதர்களின் வாழ்வியல் அம்சத்தைச் சொல்வதாகத்தான் இருக்கிறது.

முதல் அத்தியாயத்தில் தண்ணீர் பிரச்சனை மட்டுமே அறிமுகப்படுத்தப்படுகிறது. இரண்டவது அத்தியாயத்தில் போகிற போக்கில் ஜமுனா சாயாவிடம் நீ ஹாஸ்டலுக்குப் போ. நான் ஊர் மேயப்போகிறேன் என்று சொல்கிறாள்.

அடுத்து வரும் இரண்டு மூன்று பத்திகளிலேயே ஜமுனா, சாயா இருவரின் சிக்கலான வாழ்க்கையும் எளிய வார்த்தைகளில் சொல்லப்பட்டிருக்கிறது.

தொடரும் அத்தியாயத்தில் டீச்சரம்மாவிற்கும் ஜமுனாவிற்கும் உள்ள உறவு நிறுவப்படுகிறது. டீச்சரம்மாவின் வாழ்க்கையும் போகிறபோக்கில் பகிரப்படுகிறது. டீச்சரம்மாவிற்குக் கல்யாணம்

ஆனபோது வயது 15. அவளுடைய கணவருக்கு 45. முதலிரவில் டீச்சர் எதிர்கொள்கிற அனுபவம் பயங்கரமானது. அசோகமித்திர னின் எளிய நடையிலேயே அந்த பயங்கரத்தை நம்மால் உணர முடிகிறது. ஆழ்ந்த நீளமான "மனதை உலுக்கும்படியான" மொழி நடையில் அசோகமித்திரன் இதை எழுதிச் சோகத்தைப் பிழிவதில்லை.

ஒரு அத்தியாயத்தில் வீட்டுக்கார அம்மாள், வேறு யாரும் இல்லாததால், பள்ளம் தோண்டுபவர்களோடு கடைக்குப் போய் வர ஜமுனாவைக் கேட்க அவள் போர்ஷனுக்கு வருகிறாள். உண்மையில் வீட்டுக்கார அம்மாள் ஜமுனாவின் போர்ஷனுக் குள்ளே நுழைந்து பார்ப்பதற்கான சந்தர்ப்பத்தை உருவாக்கத்தான் இத்தகைய சம்பவமே கோக்கப்பட்டதோ என்று தோன்றுகிறது.

கடைக்குப் போய் வர வேண்டிய அவசியம் இல்லாதபோது வீட்டுக்கார அம்மாள் ஜமுனாவின் போர்ஷனுக்குள் வந்திருந்தால் வீட்டைக் காலி செய்வது குறித்து நீண்ட பேச்சுப் பரிமாற்றம் நடக்க வேண்டி இருக்கும். ஆனால் ஜமுனாவின் தற்கொலை முயற்சி பதிவும் செய்யப்படுகிறது. அதற்கான வீட்டுக்கார அம்மாவின் பதற்றமும் போதுமான அளவில் வெளிப்படுத்தப்படுகிறது. ஆனால் பிறகு அதைப் பற்றி வீட்டுக்கார அம்மாவுக்கோ ஜமுனா வுக்கோ பெரிய வாக்குவாதங்கள் எழுவதில்லை. ஜமுனா வீட்டைக் காலி செய்ய முடியாது என்று சொல்லும் தருணத்தில் எதையும் எதிர்கொள்ளும் மனோபாவத்திறகு வீட்டுக்கார அம்மாள் தயாராகிறாள். கடுமையாக நடவடிக்கை எடுப்பதை விட்டு, என்னை ஏன் தவிக்க வைக்கிறே, கஷ்டப்படுத்துகிறே என்கிறாள்.

ரொம்பவும் பிந்தைய அத்தியாயங்களில்தான் ஜமுனா, சாயாவின் அம்மா, பாட்டி, மாமா, மாமி கதைக்குள் வருகிறார்கள்.

சின்ன சின்ன எளிய வாக்கியங்களிலேயே கதையை ஆழமாக நகர்த்திச் செல்லவும் மனித உறவுகள் என்னவாக இருக்கின்றன என்பதை உணர்த்தவும் அசோகமித்திரனால் முடிகிறது.

மாமா வீட்டில் இருக்கும் குழந்தைகள் அனைவரும் சாயாவின் குழந்தை முரளி உட்பட ஜமுனாவையும் சாயாவையும் அதிகம் அறிமுகம் இல்லாதவர்கள் போலவே எதிர்கொள்கின்றனர்.

சாயா அப்பையனைப் பார்த்து, ரங்கா என்று கூப்பிட்டாள்.

அவன் நின்ற இடத்திலிருந்தே 'எப்போ வந்தே' என்று கேட்டான். *(ப. 105)*

"சசி", என்று சாயா கூப்பிட்டாள். அந்தப் பெண் அப்படியே வீட்டுப் படியில் நின்றபடியிருந்தாள். ஜமுனா அவளிடம் சென்று அவளை அணைத்துக்கொண்டாள். சசி அந்த அணைப்பை ஜாக்கிரதையாக ஏற்றுக்கொண்டாள். முரளி சாயாவின் பிடியிலிருந்து "அக்கா" என்று சொல்லிய வண்ணம் சசியின் பக்கம் சாய்ந்தான். (ப. 104)

கதையின் ஆரம்பத்தில் வரும் பாஸ்கர் ராவ் திரும்ப ஸ்தூல மான பாத்திரமாக வருவது கடைசி அத்தியாயத்தில்தான். தான் கர்ப்பமாக இருப்பதை பாஸ்கர் ராவிடம் ஜமுனா சொல்லும்போது தான் சாயாவிற்கே தெரிய வருகிறது. ஆனால் ஜமுனா இந்தத் தடவை பாஸ்கர் ராவுடன் போவது இல்லை. சாயாவும் ஜமுனாவும் வெளியே சாப்பிடப் போவதோடு நாவல் முடிகிறது.

கதையென்றால் எல்லாச் சிக்கல்களும் தீர்க்கப்பட்டு ஏதோ ஒரு முடிவை நோக்கி நிறைவு பெற வேண்டும் என்ற 'இலக்கணத்தை' அசோகமித்திரன் இந்த நாவலில் பின்பற்ற வில்லை. ஏனென்றால் அசோகமித்திரனின் நோக்கம் விறுவிறுப் பான சம்பவங்களோடு ஒரு கதையைச் சொல்வதல்ல. சம்பவங் களைவிட அவர் அதிக கவனம் செலுத்துவது அதனுள் பயணிக் கின்ற மனித மனம் அதை எவ்விதமாக எதிர்கொள்கிறது என்பதை உணர்த்துவதில்தான்.

தண்ணீர்ப் பிரச்சனையைக் களமாகத் தேர்ந்தெடுத்ததும் இப்படியாகத்தானோ என்று தோன்றுகிறது. நாவல் எழுதப்பட்ட காலகட்டத்தில் இன்றைக்கு போல அன்றும் தண்ணீர் பெரும் பிரச்சனைதான். அந்தக் காலகட்டம் கீழ் மத்தியதர வாழ்க்கை மிகச் சிறப்பாக பதிவு செய்யப்பட்டிருக்கின்றது. ஆனால், அதனூடாக அழுத்தமாகப் பதிவு செய்யப்பட்டிருப்பது தண்ணீர்ப் பிரச்சனையில் சிக்கிக்கொண்ட வெவ்வேறு மனிதர்கள் உறவு களைக் கையாளும் விதம்தான்.

யாரும் பரிதாபத்துக்குரியவர்களும் அல்ல. யாரும் மகா மோசக்காரர்களும் அல்ல. அன்றாட வாழ்வின் நடைமுறைச் சிக்கல்களும் கனவுகளும் ஆசைகளும் அவர்களை இவ்விதமாக இயங்கவைக்கின்றன. ஆனால் இது நம்மில் எத்தனை பேருக்கு புரிகிறது. புரிந்தாலும் நமக்குள் இயங்கும் சுயநலத்தை எத்தனை பேரால் ஒத்துக்கொள்ள முடிகிறது.

அசோகமித்திரனின் கதாபாத்திரமான டீச்சரால் அதை வெளிப்படையாகப் பேசக்கூட முடிகிறது. *Author is text* என்றால் இதற்காக அசோகமித்திரனைப் பாராட்ட வேண்டுமல்லவா?

"நான் போயிட்டு வரேன், மாமா" என்று டீச்சரம்மா மேல் மூச்சு கீழ் மூச்சு வாங்கச் சொல்லிவிட்டுக் கிளம்பினாள்.

ஜமுனாவும் கண்கள் பிதுங்க அவளோடு கூடக் கிளம்பினாள். சாலைக்கு வந்த பிறகு டீச்சரம்மா ஜமுனாவைக் கேட்டாள், "எம் மேலே கோபமா?"

"ஏன்?"

"உன்னை இழுத்துண்டு வந்து நான் தண்ணி ரொப்பிண்டத்துக்கு."

"நானும்தானே தண்ணியடிச்சிண்டேன்?"

"என் ஒருத்தியாலே இந்த ராட்சச பம்பை அடிக்க முடியலே. நேத்திக்கு ரொம்பத் திண்டாடிப்போயிட்டேன். அந்த ஆளு அடிச்சுத் தரமாட்டேங்கறான். அந்த மனுஷனும் அவனை அடிச்சுத் தான்னு சொல்ல மாட்டேங்கறார். என்னைக் கோச்சுக்காதேடா கண்ணு."

"அதெல்லாம் ஒண்ணுமில்லே."

"நான் ஒரு சுயநலக்காரின்னுதானே நினைச்சுப்பே..."

(ப. 48)

ஓர் எழுத்தாளர் கதாபாத்திரத்தின் மீது வைக்கும் இந்தச் சுயவிமர்சனத்தை படித்துவிட்டு அப்படியே கடந்து போய்விட முடியாது. நாம் எப்படி இருக்கிறோம்? நமக்குள் இந்த விதமான சுயநலச் சிந்தனைகள் இருக்கின்றனவா? அவற்றின் அடிப்படையில்தான் நாம் இயங்குகிறோமா என்று ஆத்ம விசாரணை செய்துகொள்ள தோன்றும்.

இதுதான் தண்ணீரை ஆகச் சிறந்த நாவலாக்கி இருக்கிறது. கதையைப் படித்துவிட்டு, இலக்கியத் தரம் பற்றிப் பேசிவிட்டுப் போக முடிவதில்லை. ஒவ்வொரு முறை படிக்கும்போதும் தொந்தரவு செய்கிறது. தொந்தரவு செய்து பண்படுத்துகிறது. டீச்சர் மாதிரி வாழ்க்கையை எதிர்கொள்ளும் மனோபாவத்தைப் பெற்றுவிட மாட்டோமா என்று தோன்ற வைக்கிறது.

தண்ணீரைக் களமாக எடுத்துக்கொண்டு பல்வேறு வகையான மனிதர்களின் உளவியலைச் சொல்லியிருக்கும் அதே சமயத்தில் தண்ணீர்ப் பிரச்சனையைப் பற்றியும் காட்சிகளாக விவரிக்கிறார் அசோகமித்திரன்.

'தண்ணீரை'ப் பலரும் அவர்களுக்கு அணுக்கமான படைப்பாக உணரக் காரணம் நாவல் எழுதப்பட்டிருக்கும்

விதம்தான். தண்ணீர்ப் பிரச்சனையைப் பற்றிக் காட்சிபூர்வமாக எழுதப்பட்ட நாவல் இது. பம்பை அடித்துக்கொண்டிருக்கும்போதே தண்ணீர் நின்றுபோவதும், தண்ணீர் லாரி வந்த பின் தெரு முழுவதும் சேறும் சகதியும் ஆவதும், இரவு பகல் பாராமல் ஆண்களும் பெண்களும் குழந்தைகளும் வெவ்வேறு விதமான தண்ணீர்ப் பாத்திரங்களோடு அலைவதும், பள்ளம் தோண்டி கார் அதில் சிக்குவதும், சாக்கடை குழாய் தண்ணீர் பம்பில் வருவதும் – எதுவும் ஒருசதம்கூட மிகையில்லாத வர்ணனைகள்.

வேறு பிரதேசத்தைச் சார்ந்தவர்களோ, வேறு மொழியில் மாற்றம் செய்யப்பட்டுப் படிக்க நேர்பவர்களோ இந்த நாவலைப் படிக்கும்போது சென்னை நகரின் தண்ணீர்ப் பிரச்சனைக்குள் பயணிக்க முடியும்.

நாவலைப் படித்து முடித்த பிறகும் திரும்ப முதல் அத்தியாயத்தைப் படிக்கலாம். மனிதர்களின் உணர்வுகளைப் பிரதிபலிப்பதாகவும். தண்ணீர்ப் பிரச்சனையைச் சொல்வதாகவும், இவை இரண்டும் ஒன்றுக்கொன்று குறியீடாக ஆவதாகவும் என அனைத்து பரிணாமங்களையும் உள்ளடக்கி உள்ளது ‘தண்ணீர்’.

திரும்பத் திரும்பப் படிக்கத் தூண்டும் நாவல். இது ஒவ்வொரு முறையும் அதற்கு முந்தைய வாசிப்பில் நாம் தவற விட்ட ஒரு வார்த்தையை, வாக்கியத்தைக் கண்டடைய வைத்து, நம்மை அதை ஒட்டி ஆழமாக யோசிக்க வைக்கும் படைப்பு.

வாசகர்களுக்கு ஒரு வேண்டுகோள். கதாபாத்திரத்தின் வாழ்க்கை என்னவாயிற்றோ அல்லது தண்ணீர் பிரச்சனை தீர்க்கப்படப்பட்டதோ என்பது மாதிரியான பக்கங்களைப் புரட்டும் ஆவலோடு ‘தண்ணீரை’ அணுகாதீர்கள். இயற்கை மருத்துவத்தில் சொல்வது போல் தண்ணீரைக் கடகடவென்று குடிக்காதீர்கள். ஒவ்வொரு சொட்டாக நாவில் படரவிட்டு அருந்துங்கள். வாசிக்க, வாசிக்கக் கேள்விகள் எழும். மனம் பதில்களைத் தேடும். வாழ்வைக் கரிசனத்தோடு அணுகச் செய்யும். தயை உள்ளவர்கள் ஆக்கும்.

சென்னை **மா (ஏ.எஸ். பத்மாவதி)**
18 நவம்பர் 2017

ஒரு நிமிடம்

சென்னை 'இலக்கியச் சங்க' நண்பர்கள் 1969இல் ஒரு சிறுகதைத் தொகுப்பு வெளிக்கொணரத் திட்டமிட்டார்கள். அத்தொகுப்புக்கென எழுதத் தொடங்கிய சிறுகதைகளில் ஒன்று 'தண்ணீர்'.

'தண்ணீர்' எழுத ஆரம்பித்து, சில பக்கங்களுக் கெல்லாம் அது ஒரு சிறுகதைத் தொகுப்பில் பொருந்தி வராது என்று தெளிவாகியது. ஆதலால் அதை நிறுத்திவிட்டு வேறு மூன்று கதைகள் எழுதி னேன்: குதூகலம், இரு நண்பர்கள், வரவேற்பறை யில். இதற்குள் சிறுகதைத் தொகுப்பு கைவிடப்பட்டு கசடதபற என்ற பத்திரிகை தொடங்கப்பட்டது. சிறுகதைத் தொகுப்புக்கென எழுதிய கதைகள் முறையே கசடதபற, ஞானரதம், தீபம் ஆகிய பத்திரிகைகளில் வெளியாகின. 'தண்ணீர்' கணையாழி பத்திரிகையில் தொடர்கதையாக வெளிவந்து நவம்பர் 1971 இதழில் முடிவு பெற்றது. சென்னை சி.எல்.எஸ். நிறுவனத்தார் இதை நூல் வடிவில் 1973 இறுதியில் வெளிக்கொணர்ந்தனர்.

செப்டம்பர் 1985 **அசோகமித்திரன்**

(இரண்டாம் பதிப்புக்காக எழுதப்பட்டது.)

அரைமணி நேரமாக வீட்டுக்காரர்கள் பம்பு அடிப்பதைப் படுத்துக்கொண்டே கேட்டுக் கொண்டிருந்த ஐமுனா, பம்பு சப்தத்தில் சிறு மாறுதல் ஒன்று கேட்டவுடன் தன்னை உதறிக் கொண்டு எழுந்தாள். அறையின் விளக்கைப் போட்டு அங்கிருந்த இரு பித்தளைத் தவலைகளை யும் எடுத்துக்கொண்டு கீழே பம்பு இருக்கும் இடத்திற்கு ஓடினாள்.

அக்கம்பக்கம் வீடுகள் எல்லாவற்றிலும் பம்பு அடித்துக்கொண்டிருந்தார்கள். அந்தத் தெரு, அடுத்தத்தெரு, அதற்கடுத்த தெரு, எல்லாவற்றிலும் ஒவ்வொரு வீட்டிலும் அந்தந்தத் தண்ணீர் பம்புக்கேற்ற ஒலிகளைத தனித் தனியாகவும் ஒன்று சேர்த்தும் அந்த நேரத்தில் தெளிவாகக் கேட்க முடிந்தது. சில வீடுகளில்தான் விளக்கு ஏற்றப் பட்டிருந்தது. ஒரு விளக்கு அங்கு ஏற்படுத்திய மங்கலான வெளிச்சத்தில் வீட்டுக்கார அம்மாள், அவளுடைய இரு பெண்கள், மகன் இத்தனை பேரும் பம்பைச் சூழ்ந்துகொண்டு இருப்பதை ஐமுனாவால் பார்க்க முடிந்தது. அவர்கள் பக்கத்தில் அவளும் போய் நின்றாலும் அவர்கள் அவளை ஏறெடுத்துப் பார்க்கவில்லை. பம்பு ஒலியில் சிறு மாறுதல் ஏற்பட்டு மேலே வருகிற மாதிரி இருந்த தண்ணீர் மீண்டும் கீழே போய்விட்டது. அதை இழுத்துவர வெறிபிடித்தவர்கள்போல் அவர்கள் அங்கு நின்றுகொண்டிருந்தார்கள். பம்பை மாறி மாறி அடித்தார்கள். குப்பென்று தண்ணீர் பீறிக் கொண்டு வந்தது. வந்த தண்ணீர் கீழே சிதறிப் போய்விடாமல் முன்பே வீட்டுக்கார அம்மாள் அகலமான வாளி வைத்திருந்தாள். கால் வாளி நிரம்பியவுடன் தண்ணீரை வாளியுடன் சுழற்றி இன்னொரு பாத்திரத்தில் மாற்றிவிட்டு வாளியை

மீண்டும் பம்படியில் வைத்தாள். பிடித்த தண்ணீரைச் சிறிது வெளிச்சத்தில் எடுத்துப் போய்ப் பார்த்தாள். துரு கலந்த அழுக்குத் தண்ணீராகத்தான் அது இருந்தது. இருந்தும் அந்த அம்மாள் அதைக் கீழே கொட்டவில்லை.

இப்போது தண்ணீர் தடங்கலில்லாமல் வந்துகொண்டிருந்தது. வீட்டுக்காரர்கள் ஒரு தவலை பிடித்து, இன்னொரு தவலைக்குத் தண்ணீர் அடித்துக்கொண்டிருந்தார்கள். அந்த வீட்டில் மற்ற குடித்தனக்காரர்களும் ஆளுக்கு இரண்டு மூன்று பாத்திரங் களுடன் அங்கு வந்து நின்றார்கள். ஜமுனா கூடுமானவரையில் பம்புக்கு அருகில் நின்றுகொண்டிருந்தாள். ஒரு குடித்தனக்கார அம்மாள் அதற்குள் எப்படியோ எந்தத் தண்ணீரிலோ குளித்து விட்டு, புடவையைப் புடவையாகக் கட்டிக்கொள்ளாமல் வெறுமனே உடலில் சுற்றிக்கொண்டு தலையிலும் ஈரத்துணியை முடிந்துகொண்டு வந்திருந்தாள். ஜமுனாவை, "ஏன் இடிச்சுண்டு நிக்கறே? கொஞ்சம் தள்ளித்தான் நில்லேன்," என்றாள். ஜமுனா சிறிது தள்ளி நின்றாள்.

வீட்டுக்காரர்கள் மூன்றாவது தவலைக்கு அடித்துக்கொண் டிருந்தார்கள். ஈரத்துணி அம்மாள், "இதை அடிச்சுண்டப்புறம் கொஞ்சம் எனக்கு விடுங்கோ, நான் ஒரு சின்னத் தவலை மட்டும் மடியாப் பிடிச்சுண்டு போயிடறேன்" என்றாள். வீட்டுக்காரர்கள் பதில் ஒன்றும் தராமல் பம்பு அடித்துக்கொண்டிருந்தார்கள். ஈரத்துணி அம்மாள் பம்பை நெருங்கியவாறு நின்றாள். ஜமுனா, "நாங்கள் எல்லாம் முன்னமேயே வந்து நிக்கறது தெரியலே?" என்று உரக்க முணுமுணுத்தாள். ஈரத்துணி அம்மாள், "நீ இங்கே இல்லைன்னாலும் இரண்டு இடம் ஓடியாடிக் கொண்டு வர முடியும். எம்மாதிரிக் கிழடு கட்டைக்கு முடியுமா?" என்றாள். வீட்டுக்காரப் பையன் சொன்னான், "நாங்க பத்துப்பேர் குளிச்சுக் குடிக்கணும். கொஞ்சம் தள்ளியே இருங்கோ" என்றான். இன்னொரு குடித்தனக்கார அம்மாள் சொன்னாள், "எல்லோரும்தான் குளிக்கணும், நீங்களே தண்ணி அடிச்சுண் டிருந்தா மத்தவங்கள்ளாம் எங்கே ஓடறது?" என்று கேட்டாள்.

வீட்டுக்கார அம்மாள் சொன்னாள், "நீங்கள்ளாம் பொழுது விடியறதுக்குக்கூடக் காத்துண்டிருக்காம கிணத்தை இறைச்சுக் காலி பண்ணிடறேள். உங்களோட அங்கே போட்டிக்கு நிற்க முடியறதா?" என்றாள்.

ஒரு குடித்தனக்காரர் சொன்னார், "நான்தான் ஒரு வாரமாச் சொல்லிண்டிருக்கேன். ராத்திரியானவுடனே தாம்புக் கயிற்றைக் கழட்டிட்டுக் கார்த்தாலே எல்லோருக்கும் ஆளுக்கு இரண்டு வாளியாக் கிணத்துத் தண்ணீரை நீங்களே பிரிச்சுக்

கொடுத்துடுங்கோன்னு. நீங்க அது செய்யறதில்லை. நாங்க ஒத்தருக்கொருத்தர் முட்டிண்டிருக்க வேண்டியிருக்கு."

வீட்டுக்காரார்களின் மூன்றாவது பாத்திரம் முடிந்தவுடன் ஜமுனா தன்னுடைய தவலையை இடித்துக்கொண்டு பம்படியில் வைத்தாள். அதை இடித்துக்கொண்டு ஈரத்துணி அம்மாள் அவள் பாத்திரத்தை வைத்தாள். ஜமுனா, "கொஞ்சம் தள்ளியிருங்க மாமி" என்று கடுமையாகச் சொல்லி அந்தப் பாத்திரத்தை நகர்த்தி விட்டுத் தன் தவலையை வைத்து பம்பு அடிக்க ஆரம்பித்தாள். "நீயே அடிச்சுண்டு போ, சனியனே" என்று ஈரத்துணி அம்மாள் சொன்னாள்.

"யாரைச் சனியன்னீங்க? நீங்கதான் சனியன். வார்த்தையைப் பாத்து விடுங்க," என்று ஜமுனா சொன்னாள். அவளுக்குத் திக்கென்றது. தண்ணீர் வெகுவாக நுரைத்துக்கொண்டு வந்தது. குழுமியிருந்தவர்கள் எல்லோரும், "அடி, அடி. வேகமா அடி!" என்றார்கள். முந்தின தினம் பத்து தவலை அடித்த பிறகுதான் இப்படி நுரை வந்தது. ஜமுனா இரு கையாலும் தன் பலம் கொண்ட அளவுக்கு வேகமாக அடித்தாள். ஆனால் தண்ணீர் போய்விட்டது. தண்ணீர் நின்றேவிட்டது. எல்லோரும் மறுபேச்சோ சண்டையோ போடாமல் அவரவர் பாத்திரத்தைத் தூக்கிக்கொண்டு அந்தத் தெருவின் கோடி வீட்டுப் பக்கம் ஓடினார்கள்.

"இன்னிக்கும் தண்ணி இல்லையே?" என்று உதட்டுச் சாயம் பூசியவண்ணம் சாயா கேட்டாள். ஜமுனா பதில் சொல்லாமல் காலித் தவலைகளைக் கீழே வைத்துவிட்டு, மூடியிருந்த உயர டிரம்மைத் திறந்து பார்த்தாள். "இரண்டு லோட்டாத் தண்ணி தான் எடுத்துண்டேன். பயந்து போயிடாதே," என்று சாயா சொன்னாள்.

ஜமுனா சொன்னாள், "இன்னிக்கும் இதைக் காலி பண்ணலேன்னா நாத்தமெடுத்துப் புழுகூட வந்துடும்."

"நான் இன்னிக்கும் குளிக்காம ஓடிகொலோனைப் போட்டுண்டு ஏமாத்தறேன். நாளைக்கு இங்கே முடியலேன்னா ஆபீஸ்லியே யாவது குளிச்சுடப் போறேன்."

"நீயாவது ஆபீஸ்லே குளிக்கலாம். நான் எங்கே போய்க் குளிக்கறது?"

சாயா தன் தலைமுடியை இரு கைகளால் உயரத் தூக்கிச் சரி செய்தவண்ணம் ஜமுனாவை அகலக் கண் விரித்துப் பார்த்தாள். பிறகு, "பாட்டி வீட்டுக்குப் போய் குளிக்கலாம்" என்றாள்.

"பாட்டி வீட்டுக்கு நான் போகவே மாட்டேன்," என்று ஜமுனா சொன்னாள். "பாட்டி நிச்சயம் அம்மாவைக் கூட்டிண்டு போயிடுன்னு கூச்சல் போடுவா."

"பாவம், அம்மா," என்றாள் சாயா.

"ஏன், நீ அழைச்சுக்கொண்டு வைச்சுக்கோ யேன்," என்று ஜமுனா சொன்னாள்.

"எனக்கு வீடு கிடைச்சவுடனே நிச்சயம் அம்மாவை அழைச்சு வைச்சுக்கத்தான் போறேன்.

அம்மா வீட்டிலே இருந்தா முரளியையும் கொண்டுவந்து வச்சுக்கலாம்."

"முரளியை இப்பக்கூட நான் பாத்துக்க மாட்டேன்னு சொல்லலே. அந்தக் குழந்தையாலே எனக்கு ஒண்ணும் கஷ்டம் கிடையாது."

சாயா பதில் சொல்லாமல் பெருமூச்சு விட்டாள். பிறகு, "டீ நீ கலந்துடறியா?" என்று கேட்டாள்.

ஒரு சிறு செப்புத் தோண்டியில் பாதியளவு குடிதண்ணீர் இருந்தது. ஜமுனா ஸ்டவ்வை மூட்டி இரண்டு தம்ளர் தண்ணீரை ஒரு அலுமினிய சாஸ்பானில் சுட வைத்தாள். சாயா அலங்காரத்தை முடித்துக்கொண்டு சுவர் ஆணி ஒன்றில் தொங்கவிட்டிருந்த பையிலிருந்து ஒரு டப்பாவை எடுத்தாள். அதில் அதற்கு முன் தினம் வாங்கி வைத்திருந்த கடை ரொட்டி இருந்தது. "நீயும் இப்பவே எடுத்துக்கறயோல்லியோ?" என்று சாயா கேட்டாள். ஜமுனா, கடை ஆவக்காய் ஊறுகாய் பாட்டிலை அலமாரியிலிருந்து எடுத்தாள். அவளும் இரண்டு ரொட்டி வில்லைகளை எடுத்துக்கொண்டு ஒன்றின்மேல் ஊறுகாய் போட்டுக்கொண்டாள்.

சாயா ரொட்டி தின்று முடிக்கும்போது, "இன்னிக்குச் சாப்பாடு அனுப்பறப்போ ஞாபகமா சக்கரை ஒரு பொட்டலம் வைச்சு அனுப்பு. எங்க காண்டீன்லே தர காபிக்கு சக்கரையே போடாம கொடுத்துடறான்," என்றாள்.

"சரி," என்று ஜமுனா சொன்னாள். "இனிமே சமைக்க ஆரம்பிக்கணும்," என்றும் சொன்னாள்.

"சமையலுக்காவது தண்ணி இருக்கா?" என்று சாயா கேட்டாள்.

ஜமுனா செப்புத் தவலையைச் சாய்த்துப் பார்த்து உதட்டைப் பிதுக்கினாள். "பின்னே என்ன பண்ணப்போறே?" என்று சாயா கேட்டாள்.

"அந்தக் கோடி வீட்டிலே போய்த்தான் கொண்டுவரணும்— அங்கே இதுவரைக்கும் நான் போகலை. இல்லை, வீட்டுக்கார அம்மாளைக் கேட்டு இரண்டு சொம்பு தண்ணி கொண்டு வந்துக்கணும்."

"கோடி வீட்டிலே மட்டும் எப்படித் தண்ணி வரது?"

"என்னமோ அந்த ஒரு வீட்டிலேதான் கொஞ்சம் தண்ணி வரதாம். நீ ஆபீஸுக்குப் போனப்புறம் அங்கேதான் போகப் போறேன்."

"நான் இன்னும் நாலு நாள் பாக்கப்போறேன், அப்பவும் தண்ணிக்கு இப்படித்தான் தொங்கணும்னு இருந்தா நான் பேசாமே ரெட்டி ஹாஸ்டல்லே போய்ச் சேந்துடப் போறேன்."

ஜமுனா பதில் சொல்லவில்லை. அந்த ஹாஸ்டலில் வேலைக்குப் போகாத பெண்களுக்கு இடம் கிடையாது. ஜமுனா, கொதிக்கும் தண்ணீரில் இரண்டு பூன் தேயிலையைப் போட்டு சாஸ்பானைக் கீழே இறக்கி வைத்துவிட்டு ஸ்டவ்வை ஊதி அணைத்தாள். மண்ணெண்ணெய் புகை குப்பென்று வந்தது. "நீ ஹாஸ்டலுக்குப் போ. நான் ஊர் மேயப் போறேன்," என்று ஜமுனா சொன்னாள்.

"உன்னை யாரு ஊர் மேயப் போகச் சொன்னா? இந்த மெட்ரிக் பரீக்ஷையை ஒரு தடவை குண்டூர் போய் எழுதுன்னு எவ்வளவோ சொன்னேன். நீ அந்த பாஸ்கர் ராவ் உன்னைப் பெரிய ஹீரோயினாப் பண்ணிடப் போறான்னு அவன் பின்னாலே ஓடினே. கல்யாணம் ஆனவனை நம்பி எவளாவது ஓடுவாளா?

இதெல்லாம் இன்னும் சொல்லிண்டிருக்கான்னுதானே பாட்டி வீட்டுக்கு நீ போகாமே இருக்கே?"

"அவன் கல்யாணம் ஆனவன்னு எனக்குத் தெரியாது."

"அவன் மூஞ்சியிலேதான் அதை எழுதி ஒட்டி வைச்சிருக்கே."

"நீ மட்டும் என்ன வாழ்ந்தே?"

"வாழ்ந்தேனோ இல்லியோ, முரளிக்கு அப்பான்னு ஒருத்தன் உண்டு. எங்களுக்குக் கல்யாணம்னு ஒண்ணு இருந்தது. இப்பவும் அவர் மிலிட்டிரிலேந்து ரிலீஸ் பண்ணிண்டு வந்தாலோ, இல்லே இங்கே மெட்ராஸ் பக்கம் போஸ்டிங்கு வாங்கிண்டு வந்தாலோ நாங்க ஜாகை வைச்சுக்கத்தான் போறோம்."

சாயா டீ குடித்துவிட்டு ஏழேகாலுக்கு அவள் ஆபீஸுக்குக் கிளம்பிப்போனாள். அறைக் கதவைப் பூட்டிக்கொண்டு ஜமுனாவும் ஒரு தவலையைத் தூக்கிக்கொண்டு கிளம்பினாள். சாயாவின் செருப்பின் குதிகால் மட்டும் சிறிதாவது உயரக் குறைவாக இருந்தால் அவள் நடையில் இவ்வளவு நெளிவு இருக்காது என்று ஜமுனாவுக்குத் தோன்றியது.

கோடிவீட்டுப் பம்படியில் நின்ற பெண்களில் நடுநாயகமாக நின்ற அந்தக் குண்டு டீச்சரம்மா, ஜமுனாவைப் பார்த்து, "வாடியம்மா வா, உன்னை இன்னும் இங்கே பாக்காமே இருந்ததிலே என் கண்ணே பூத்துப் போச்சு," என்றாள். ஜமுனாவுக்கு வெட்கமாக இருந்தது. "உன் தவலையை அந்த வரிசையிலே, கோடியிலே வைச்சுட்டு நீயும் இப்படி கொடி நில்லு," என்று டீச்சரம்மா சொன்னாள்.

அந்த வீட்டுக்கார அம்மாள் வாசற்படியில் ஒரு முக்காலியில் உட்கார்ந்துகொண்டிருந்தாள். "இதோ பாரு டீச்சரம்மா, சரியா எட்டு மணிக்கு பம்பைப் பூட்டிச் சாவியைக் கையில் கொடுத்துடு. நான் இப்படியே இங்கே நின்னுண்டிருந்தா எப்ப என் குழந்தை குட்டிகளுக்கு சோத்தைப் பொங்கிப் போடறது?" என்று சொன்னாள்.

"உங்களை யாரு இங்கேயே இருக்கச் சொன்னது? உங்களுக்கு இன்னும் இரண்டு பக்கெட் தண்ணி வேணுமா, நான் அடிச்சுத் தரச் சொல்லறேன். நீங்க உள்ளே போய் சமையல் பண்ணி எங்களுக்கும் கொஞ்சம் போடுங்க," என்று டீச்சரம்மா சொன்னாள். அங்கே நின்றிருந்தவர்கள் சிரித்தார்கள். வீட்டுக்கார அம்மாள் கீழே இறங்கி வந்து டீச்சரம்மா கன்னத்தைக் கிள்ளினாள். டீச்சரம்மா அவளை அப்படியே அணைத்துக் கொண்டாள். டீச்சரம்மா சொன்னாள், "உம், உம், அடுத்தது அடுத்தது. ஏய் குட்டி, எங்கே உன் பக்கத்து வீட்டு மைனரை நினைச்சுண்டு கனாக் கண்டுண்டு இருக்கே? நகர்த்தி வை, உன் அண்டாவையோ குண்டாவையோ."

வீட்டுக்கார அம்மாள் பம்படியை விட்டு உள்ளே போனாள். டீச்சரம்மா ஜமுனாவிடம்,

"உன்னோட வேலைக்குப் போற பொண் இருக்காளே, அவ உனக்குப் பெரியவளா, சின்னவளா?" என்று கேட்டாள்.

"என் தங்கை," என்று ஜமுனா சொன்னாள்.

"படா ஸ்டைல்," என்று டீச்சரம்மா சொன்னாள். ஜமுனா பதில் சொல்லவில்லை. டீச்சரம்மா மீண்டும், "உங்களவன் பாஸ்கரை எனக்கு நன்னாத் தெரியும்," என்றாள். ஜமுனா தன் முகத்தில் கருமை படர்ந்ததை உணர்ந்தாள். டீச்சரம்மா அதைக் கவனிக்காதவளாக, "எங்க பெரியம்மா பிள்ளைதான் அவன். தேர்டு ஃபார்ம் வரைக்கும் நானும் அவனும் ஒண்ணாத்தான் படிச்சோம். அவன் எங்கெங்கேயோ சுத்தி சினிமாவிலே புகுந்தான். நான் ஸ்கூல்லே புகுந்தேன்," என்றாள்.

அப்போது தெரு வழியாக ஒரு கார்ப்பரேஷன் லாரி தட தடவென்று சப்தம் போட்டுக்கொண்டு போயிற்று. அந்தத் தெருவின் இரு முனைகளுக்கும் சம தூரத்தில் இருக்கும் ஒரு வீட்டு முன்னால் நின்றது. அந்தப் பம்படியில் என்று மட்டு மல்லாமல் எல்லா வீடுகளிலிருந்தும், பெண்களும் ஆண்களும் எட்டிப் பார்த்தார்கள். அந்த லாரியில் நாற்பது காலன் உருளை வடிவ டிரம்கள் நான்கும் ஒரு பெரிய தண்ணீர் டாங்கியும் இருந்தன. நான்கு தூண்கள் மாதிரி டிரம்களை வைத்து அதற்கு மேல் தண்ணீர் டாங்கியை வைக்க, டீச்சரம்மா பம்படி வரிசையையும் கவனிக்காமல் விடவில்லை. "ஒரு பாத்திரம்னா ஒரு பாத்திரம்தான்" என்றாள். ஜமுனாவின் தவலை அடித்து முடித்தவுடன் ஒரு இரும்புச்சங்கிலி கொண்டு பம்பைச் சுற்றிவைத்து, "ஏ வீட்டுக்கார அம்மா, உன் பூட்டு எங்கே?" என்று கத்தினாள். ஜமுனாவுக்குப் பின் வந்த ஐந்தாறு பேர்கள் "நானொரு தவலை அடிச்சுண்டு போயிடறேன், ஒரே ஒரு பக்கெட் அடிச்சுண்டு போயிடறேன்," என்று டீச்சரம்மா விடம் கேட்டுக்கொண்டிருந்தார்கள். "முடியாது. எட்டு மணி வரைக்கும்தான்னு அந்த அம்மா சொல்லி என்னைப் பொறுப்புக் கட்டிட்டுப் போயிருக்காங்க. எத்தனை தடவை வாஷர், நட்டு, அது இதுன்னு வாங்கிப் போட்டுண்டே இருப்பாங்க? முடியாது. முடியவே முடியாது," என்று டீச்சரம்மா ஒரு சிறு பையன் கொண்டுவந்த பூட்டைக் கொண்டு பம்பைப் பூட்டிவிட்டாள். ஒருவர், "இவ என்ன சட்டாம்பிள்ளை பண்ணறது? வீட்டுச் சொந்தக்காரியா இவ?" என்று சொன்னார். "என்னைக் கோச்சுக்காதீங்க, மாமா. நீங்களே வீட்டுக்காரங்ககிட்டே கேட்டுக்குங்க," என்று டீச்சரம்மா சொன்னாள். வீட்டுக்கார அம்மாள் வெளியே வரவேயில்லை. இரைச்சல் போட்டவர் அந்த வீட்டு உள்ளே போகத் தயங்கினவராக நின்றார். டீச்சரம்மா

உள்ளே போய்ச் சாவியைக் கொடுத்து வந்தாள். அதற்குள் இரைச்சல் போட்டவர் போய்விட்டார். டீச்சரம்மா ஜமுனாவைப் பார்த்து "ஏன் நீ நிக்கறே?" என்று கேட்டாள். ஜமுனா பதில் சொல்வதற்கு முன்னால் அவள் புரிந்துகொண்டு தவலையை ஒரு கை கொடுத்துத் தூக்கி ஜமுனா இடுப்பில் பொருத்தி வைத்துக்கொள்ள உதவினாள். "இரு நானும் வரேன்," என்று சொல்லி அவளுடைய தண்ணீர்த் தவலையைத் தூக்கிக்கொண்டு ஜமுனாவுடன் நடந்தாள்.

"உங்களுக்குப் பத்து மணிக்கு ஸ்கூலா?" என்று ஜமுனா கேட்டாள்.

"ஒம்பதே முக்காலுக்கு. இனிமே போய் சோறு பொங்கி வீட்டிலே இருக்கிறவங்களுக்குப் போட்டுட்டு நானும் இரண்டு அள்ளிப் போட்டுண்டு கிளம்பணும். இந்தத் தண்ணிப்பாடு பெரும் பாடாப் போயிடுத்து."

ஜமுனா பதில் சொல்லாமல் கூட நடந்துகொண்டிருந்தாள். நான்கு ஆட்கள் தண்ணீர் டாங்கியை அந்த இடத்தில் வைக்க ஏகமாகக் கூச்சல் போட்டுக்கொண்டு, தூக்கி, நகர்த்தி, பாடுபட்டுக் கொண்டிருந்தார்கள்.

"ஏம்பா, எப்பலேந்து இங்கே தண்ணி கொண்டுவந்து கொட்டுவாங்க?" என்று ஒருவர் அந்த லாரி டிரைவரைக் கேட்டார். அவர் வீட்டு முன்னால்தான் தெருவோரமாகத் தண்ணீர் டாங்கியை அந்த ஆட்கள் வைப்பதில் முனைந்திருந் தார்கள். அந்தத் தெருவின் ஆண்பிள்ளைகளில் வயதானவர்களாக ஐந்தாறு பேர் லாரியைச் சுற்றிச் சுற்றி வந்தவண்ணம் இருந்தார்கள். லாரி டிரைவர் ஒரு பீடியைப் பற்றவைத்துக்கொண்டு சொன்னான், "இன்னிக்குத்தானே டாங்கி கொண்டு வந்து இறக்கியிருக்கோம். 'டாப்' மாட்டினப்புறம் கொண்டுவந்து ரொப்புவாங்க."

"இதுக்கு டாப் மாட்டலியா?" என்று இன்னொருவர் கேட்டார். அப்போதுதான் அந்த டாங்கியின் குழாய்த் துவாரங்கள் எல்லாம் வெறுமனே அடைக்கப்பட்டிருந்ததை அவர்கள் கவனிக்க நேர்ந்தது.

டிரைவர் உடனே பதில் சொல்லவில்லை. தெருக்காரர்களில் ஒருவர் சமாதானமாகச் சொன்னார், "இப்பவே குழாய் எல்லாம் மாட்டிட்டா அவுங்க கொண்டுவந்து இறக்கறத்துக்கு, நகர்த்தறத் துக்கு எல்லாம் இடைஞ்சலா இருக்கும்."

டிரைவர் தன் ஆட்களிடம் "தபதபன்னு முடிச்சுட்டு வாங்கய்யா. எத்தினி நேரமா ஒரு டாங்கியைத் தள்ளி வைச்சுட்டு வர சொகுசு பாத்திட்டிருப்பீங்க?" என்றான்.

ஆட்களில் ஒருவன் "பாத்துண்டுதானேப்பா இருக்கே. லெவல் பண்ணி வைக்கவேண்டாம்? ஒரே மேடு பள்ளம். ஒவ்வொரு டிரம்மையும் கீழே செங்கல் வெச்சுதான் வைக்க வேண்டிருக்கு" என்றான். டிரைவர், தெருக்காரர்களைப் பார்த்து,

“என்னாங்க, கொஞ்சம் செங்கல் கொண்டுவந்து தரக்கூடாது? உங்களுக்குத் தானே இவங்க பாடுபடறாங்க?” என்று சொன்னான்.

ஒருவர் “இதோ கொண்டுவந்து தரேன்,” என்று போனார்.

டிரம்களை நகர்த்தி வைத்துக்கொண்டிருந்த இன்னொரு ஆள், “கீழே எங்கே பார்த்தாலும் ஒரே கலீசு. காலை நம்பி வைக்க முடியாது,” என்றான்.

தெருக்காரர் ஒருவர், “ஏதோ குழந்தை இருக்கும்” என்றார். லாரி டிரைவர் ஏளன வெறுப்புத் தெரிய, “படிச்சவங்களே இப்படி பண்ணினா படிக்காதவங்க என்ன பண்ணமாட்டாங்க! இங்கெல்லாந்தான் ஒவ்வொரு வீட்டுக்கும் இரண்டு ஃபிளஷ்ஷவுட் மூணு ஃபிளஷ்ஷவுட் இருக்குதே, குழந்தைகளை அங்கே கொண்டுபோய் ஒக்காத்தமாட்டீங்களா?” என்றான்.

தெருக்காரரில் ஒருவர் மட்டும் சிறிது மெதுவாகச் சொன்னார். “குழந்தைங்களையும் ஃபிளஷ்ஷவுட்டுலே உட்கார வைச்சா கொட்டறத்துக்குத் தண்ணிக்கு எங்கே போறது?”

செங்கல்கள் வந்து நான்கு டிரம்களும் சம உயரம் இருக்கும்படி வைத்தாகிவிட்டது. லாரியின் ஒரு பக்கவாட்டுத் தடுப்பைக் கீழே தொங்கவிட்டுவிட்டு, லாரி மேலிருந்த தண்ணீர் டாங்கி கீழே வைக்கப்பட்ட டிரம்களுக்குச் சரியாக இருக்கும்படி லாரியை முன்னும் பின்னும் செலுத்தி நிறுத்தினான் டிரைவர். அதன் பின் அந்த ஆட்கள் டாங்கியை லாரியிலிருந்து தள்ள ஆரம்பித்தார்கள். ஓராள் நீளமிருக்கும் சவுக்குக் கம்புகளை வைத்து டாங்கியை நெம்பித் தள்ளி டாங்கியின் ஒரு ஓரம் இரண்டு டிரம்கள்மீது அழுந்துமாறு நகர்த்தினார்கள். அந்தக் கீழ் டிரம்கள் அசைந்து போகாதிருக்க இருவர் அவைகளைப் பிடித்துக் கொள்ள, லாரியிலிருந்து டாங்கியை இன்னமும் நெம்பித் தள்ளினார்கள். ஒரு கணம் டாங்கி லாரியிலிருந்து விடுபட்டு இரு டிரம்கள் மீது அபாயகரமான நிலையில் நின்றது. அப்போது இரண்டாவது வரிசை டிரம்கள் இரண்டையும் உடனுக்குடன் அருகில் தள்ளி, டாங்கியை மேலும் தள்ளினார்கள். டாங்கி இப்போது நான்கு டிரம்கள்மீது பொருந்தி நின்றது. அங்குமிங்கும் இருந்த சிறு ஏறுமாறுகளையும் பத்து நிமிஷத்திற்குள் சரி செய்துவிட்டார்கள். டாங்கி வைக்கப்பட்ட இடத்தின் பக்கத்திலிருந்த வீட்டுகாரரிடம் ஒரு கையெழுத்து வாங்கிக்கொண்டு டிரைவர் மேலும் நின்றான். அவர், “என்ன?” என்றார்.

“நாங்க அஞ்சு பேர் வந்திருக்கோம்” என்று அவன் சொன்னான்.

“ஆமாம், என்ன ?”

“இந்த டிவிஷன்லியே இன்னும் பத்தொம்போது டாங்கி வைக்கணும். நான்தான் இந்தத் தெருவிலே இன்னிக்கே வச்சுடணும்னு கொண்டுவந்தேன்,” என்று லாரி டிரைவர் சொன்னான்.

அந்த வீட்டுக்காரர் வெளியே வந்து டாங்கி அருகே நின்று கொண்டிருந்த அந்தத் தெருக்காரர்கள் ஐந்தாறு பேரிடம், “நீங்கள்ளாம் ஆளுக்கு அரைரூபாய் கொடுத்துடணும். டாங்கி கொண்டுவந்து வைச்சதுக்கு இந்த ஆளுங்களுக்கு ஏதாவது கொடுக்கணுமாம்” என்றார்.

“இதென்ன அடாவடித்தனம்! இந்த டாங்கி இவுங்களாவா கொண்டு வந்திருக்காங்க? எத்தனை தரம் அந்த ஓவர்சியர் கிட்டேயும் இஞ்சினியர்கிட்டேயும் போய் முட்டிண்டது, கமிஷனரைப் போய்ப் பாத்தது? அதெல்லாம் ஆனாப்புறம்தானே கொண்டு வந்திருக்காங்க” என்று ஒருவர் கேட்டார்.

ஒரு விவாதத்தை வளர்த்துக்கொள்ளத் தயாராக இல்லாமல் அந்த வீட்டுக்காரர், “இப்போதைக்கு நான் ஏதோ கொடுத்து அனுப்பிவிடறேன், எப்படியும் பணத்தை தெருக்காரங்க எல்லார் கிட்டேந்தும் வசூல் செஞ்சுடணும்” என்று சொல்லி நகர்ந்தார்.

இன்னொருவர் சொன்னார், “இதோட தீர்ந்ததா? இனிமே தண்ணி கொட்ட வர ஒவ்வொரு நாளும் இவுங்களுக்குக் கப்பம் கட்டவேண்டியிருக்குமே?”

தெருக்கோடி வீட்டு அம்மாள் டாங்கியை முறைத்துப் பார்த்தவண்ணம் மெல்லப் போய்க்கொண்டிருந்தாள்.

ஜமுனா சமையலை ஒருவிதமாக முடித்துவிட்டு ஒரு எலுமிச்சம் பழம் வாங்கி வருவதற்கென எதிரே வந்துகொண் டிருந்தாள். கோடிவீட்டு அம்மாளைப் பார்த்து மிகவும் மரியாதை தோன்றும் விதத்தில் புன்னகை புரிந்து வழியிலிருந்து விலகிக் கொண்டாள். டாங்கி அருகே நின்றவர்களில் ஒருவர் கோடிவீட்டு அம்மாளைப் பார்த்து, “உங்களுக்கெல்லாம் இங்கே கிடையாது போங்கோ,” என்றார்.

அந்த அம்மாள் சிரித்துக்கொண்டே, “தண்ணி வந்துடுத்தா ?” என்று கேட்டாள்.

“நீங்க கொடுக்க மாட்டேங்கறேள். ஏதோ கார்ப்பரேஷன்காரன் பெரிய மனசு பண்ணி இந்த டாங்கியைக் கொண்டுவந்து வைச்சிருக்கான்.”

அந்த அம்மாள் தாண்டிப் போய்விட்டாள். பதில் சொல்பவர் என்று தோன்றக்கூடியவரைப் பார்த்து ஜமுனா, “எப்பலேந்து தண்ணி வரப்போறது மாமா?” என்று கேட்டாள்.

அவர்கள் எல்லாருமே சிறிது தூக்கிவாரிப் போட்ட மாதிரித் தோன்றினார்கள். ஒருவர் கேட்டார், “நீ யாரு?”

“இந்த தெருதான் மாமா. பதினாறாம் நம்பர் வீட்டு மாடியிலே இருக்கேன் மாமா.” ஜமுனாவுக்கு, தான் அளவுக்கு மீறி மாமாக்கள் போட்டுப் பேசுவதாகத் தோன்றியது. தமிழில் பேசும்போதெல்லாம் தானும் அவர்கள் வர்க்கத்தில் இருப்பதாக நினைப்பவள் என்பது விளங்குவது போக, அசட்டுத்தனம்தான் வெளிப்படுவதாகப் பட்டது.

“தண்ணி வரட்டும். வா, அப்புறம் பார்க்கலாம்,” என்று ஒருவர் சொன்னார். ஜமுனா உற்சாகமிழந்து நடந்தாள். இரண்டே வார்த்தைகள். அவர்கள் அறிமுகமாகாதவர்கள். இருந்த போதிலும் தன்னை எப்படி உடனே ஒரு படி கீழே இருப்பவளாகவே மதித்து உதறித் தள்ளிவிட முடிகிறது என்று நினைத்துக்கொண்டு போனாள். அவள் வீட்டுக்கார அம்மாள் கிணற்றில் உறை இறக்குவதற்கு வந்திருந்த ஆட்களுடன் கூலிபற்றி வாதித்துக்கொண்டிருந்தாள்

ஜமுனா உள்ளே போக முடியாமல் வீட்டு கேட்டை அடைத்துக்கொண்டு வீட்டுக்கார அம்மாளும் கிணற்றில் உறை இறக்கும் ஆட்களும் நின்றுகொண்டிருந்தார்கள். வீட்டுக்கார அம்மாளின் விவாதிக்கும் திறமை அந்த ஆட்களிடம் அதிகம் பயனளிக்கவில்லை. உறைக்குப் பத்து ரூபாய் என்று அவர்கள் சொன்ன கூலியைத்தான் ஒத்துக் கொள்ள வேண்டியிருந்தது. நான்கு உறைகள் இறக்க வேண்டும். நாற்பது ரூபாய். ஒரு உறை முன்பெல்லாம் ஐந்து ரூபாய்க்கு மேல் போன தில்லை. இப்போது உறையின் விலை பத்து ரூபாயாகிவிட்டது. மொத்தச் செலவு எண்பது ரூபாய்.

"நாலடி தண்ணீயாவது வர வெப்பயா?" என்று அந்த அம்மாள் கேட்டாள்.

"உறையை இறக்கிட்டு கடப்பாரை போடறேம்மா. எங்களாலே முடிஞ்சவரைக்கும் புது ஊத்து வருமான்னு பாக்கறோம். அப்புறம் உங்க அதிர்ஷ்டம்."

"இதிலேயும் அதிர்ஷ்டந்தானா?" என்றார் வீட்டுக்காரர். உள்ளேயிருந்து அப்போதுதான் அவர் வந்திருந்தார்.

வீட்டுக்கார அம்மாள் தன் கணவரைத் திரும்பிப் பார்த்தாள்.

"நான் உள்ளே போயிடறேன்," என்று சொல்லி ஜமுனா கேட்டைத் தாண்டிப் போனாள். அந்த வீட்டின் சொந்தக் காரருக்கு அறுபது வயதுகூட இருக்கும். ஆனால் அவரைத் தாண்டிப் போகும்போது அவர் பார்வையால் ஜமுனா வின் உடல் ஏதோ அருவருப்பில் சுருங்கின

மாதிரியிருந்தது. இதை வீட்டுக்கார அம்மாள் கவனித்திருக்க வேண்டும். "ஜமுனா," என்று கூப்பிட்டாள்.

ஜமுனா உடனே நின்று, திரும்பினாள்.

வீட்டுக்கார அம்மாள் ஜமுனாவிடம் பேசுவதற்குப் பதிலாக அவள் கணவரிடம் முதலில் பேசினாள். "இந்த அல்ப வேலைக்கு எத்தனை பேர் பேரம் பேசணும்? உள்ளே போங்களேன்," என்றாள். அவர் அர்த்தம் புரிந்துகொண்டவராகப் பதில் பேசாமல் உள்ளே போனார்.

வீட்டுக்கார அம்மாள் ஜமுனாவிடம், "நீங்க எல்லாரும் சேர்ந்து பன்னிப் பன்னிச் சொன்னதுனாலே உறை இறக்கிறேன். தண்ணி வந்தா ரொம்ப நல்லதுதான். ஆனா இப்பவும் தண்ணி வரலேன்னா என்னை மறுபடியும் குத்தம் சொல்லாதேங்கோ," என்றாள்.

"ஒரு நாளைக்கு ஒரு பக்கெட் இரண்டு பக்கெட் தண்ணிகூட கிடைக்காம நாங்க எத்தனை நாள்தான் காலம் தள்ள முடியும் மாமி? எல்லார் வீட்டிலேயும் கிணத்துத் தண்ணியாவது கிடைக்கறது."

உறை இறக்குகிறவன் ஒருவன் சொன்னான், "எங்கே இருக்கும்மா? எங்க ஆள்களே இந்தத் தெருலே முப்பது கிணத்துக்கு மேலே இந்த ஒரு மாசத்திலே உறை இறக்கியிருக்காங்க. இரண்டு வீட்டிலேதான் நாலடி தண்ணியாவது வரது. மத்ததுலெல்லாம் இரண்டு அடி தண்ணிகூட நிக்கமாட்டேங்குது."

"நீ இங்கே இருக்கிறதையும் இல்லாமே அடிச்சுடாதேப்பா," என்று வீட்டுக்கார அம்மாள் சொன்னாள்.

"எங்க கண்ணு அவிஞ்சு போயிடாதா? பூமியிலே தண்ணி யிருந்தா மேலே வந்துதான் தீரணும். பூமியிலேயே தண்ணியில்லாம என்ன பண்ண முடியும், அவன் கண்ணைத் தொறக்கணும், மானம் பொழியணும்."

ஜமுனா மாடிப்படி நோக்கிச் செல்ல, உறை இறக்குகிறவர்களை அப்படியே விட்டுவிட்டு வீட்டுக்கார அம்மாளும் ஜமுனாவைப் பின்தொடர்ந்தாள். ஜமுனா மாடிப்படியை நெருங்கியபோது வீட்டுக்கார அம்மாள் கேட்டாள், "நீ இப்பவே கொடுத்துடறியா? இல்லை, வாடகையோட சேத்துக் கொடுத்துடறியா?"

"என்ன கொடுக்கணும்?" என்று ஜமுனா கேட்டாள்.

"உறை இறக்கிறதுக்குத்தான். ஒவ்வொரு குடித்தனக்காரா கிட்டேயும் பத்துப் பத்து ரூபா வாங்கிடச் சொல்லியிருக்கார்."

தண்ணீர்

"உங்க கிணத்துக்குத்தானே மாமி நீங்க உறை இறக்கறேள்?"

"நானா இறக்கறதானா இப்ப இந்தப் பண முடை நாளிலே இறக்க முடியுமாம்மா? அப்படியே இறக்கினாலும் ஒண்ணு இரண்டு உறை இறக்கலாம். இப்ப நாலு இறக்கப்போறது. இப்பவும் பாதிப் பணத்துக்கு மேலே நான்தான் போட்டுக்கறேன்."

"மத்தவாள்ளாம் கொடுக்கறாளா?"

"ராயர் மாமி நேத்திக்கே கொடுத்துட்டா. இன்னும் நீயும் அந்தப் பின்கட்டுக்காரர் இரண்டு பேரும்தான் தரணும்."

"நான் எதுக்கும் சாயாவை ஒரு வார்த்தை கேட்டுண்டறேன், மாமி."

"இதுக்கு சாயா எதுக்கு? அவ இன்னிக்கோ நாளைக்கோ ஹாஸ்டலுக்குப் போயிடப்போறேன்னு சொல்லிண்டிருக்கா."

ஜமுனா ஒருமுறை நீண்ட சுவாசம் எடுத்துக்கொண்டாள். "உங்ககிட்டே யார் சொன்னா?"

"யார் சொன்னா என்ன, காதிலே விழுந்தது. இந்த ரூமைப் பார்த்துண்டு நீதான் வந்தே. அப்புறம்தான் அவளும் வந்து உன்னோடே சேந்துண்டா. அதைத் தவிர அவ என்னிக்கும் அவ புருஷன் வந்தா கிளம்பிப்போயிடறவ."

ஜமுனா பேசாமல் நின்றாள். பிறகு, "சரி, நான் சாயங்காலமாக் கொடுத்துடறேன்," என்றாள்.

வீட்டுக்கார அம்மாள் அதோடு போய்விடவில்லை. "டாங்கி தண்ணி என்னிலேந்து கிடைக்குமாம்?" என்று கேட்டாள்.

"எனக்கென்ன தெரியும்?" என்று ஜமுனா கேட்டாள்.

"நீ ஏதோ விசாரிச்சுண்டு இருந்தயே அங்கே?"

"நான் விசாரிச்சா நீங்கள்ளாம் எங்கே பதில் சொல்லறேள்? நீங்க ஆகறது ஆகாதது எது கேட்டாலும் நான் மட்டும் நின்னு நிதானமா எல்லாம் சொல்லணும். நீங்க சரியா முகம் கொடுத்துக் கூடப் பேசக்கூடாது."

"என்னை ஒண்ணும் அப்படிச் சொல்லிடாதே. உன்னைப் பத்தி யாராவது வித்தியாசமா சொன்னாக்கூட நான் காதிலே போட்டுக்கறது கிடையாது. உன்னையும் அலட்சியமா நடத்தினது கிடையாது."

"நான் போறேன், மாமி. எனக்கு இன்னும் அடுப்பு வேலை முழுக்க முடியலை."

"என்னாலே முடிஞ்சவரைக்கும் உனக்கு ஒத்தாசையா இருப்பேனே தவிர எனக்கு வேற மாதிரியே இருக்கத் தெரியாது. உன் பணம் சாயந்திரம் கொடுத்துடுவோல்லியோ? ஆள்களுக்கு நான் கூலி தந்துடணும்."

ஜமுனா ஒன்றும் சொல்லவில்லை. அந்த வீட்டுக்கார அம்மாள் தொடர்ந்து பேசினாள். "இனிமேலே என் பிள்ளையை விட்டுக் கிணத்துத் தண்ணியை எல்லாருக்கும் சமமாப் பிரிச்சுத் தரச் சொல்லிடறேன். ஒத்தருக்கு ஜாஸ்தி ஒத்தருக்குக் குறைச்சல்னு வேண்டாம். குழாத் தண்ணிதான் இனிமே வரவே வராது போலிருக்கு இந்த வீட்டிலே . . ."

அன்று சனிக்கிழமை. மூச்சுமுட்ட இரு பக்கெட்களில் தண்ணீர் தூக்கிக்கொண்டு வந்த ஜமுனா தன் அறையை அடைந்தபோது தான், நாற்காலியில் பாஸ்கர் ராவ் உட்கார்ந்திருப்பதைப் பார்த்தாள். பக்கெட்களை அப்படியே தண்ணீர் டிரம் அருகில் வைத்துவிட்டுப் புடவைத் தலைப்பால் முகத்தின் வியர்வையைத் துடைத்துக்கொண்டு, "வாங்க, வாங்க. வந்து ரொம்ப நேரம் ஆச்சா?" என்று கேட்டாள்.

"எங்கே ரூமைத் திறந்து போட்டுட்டுப் போயிட்டே?"

"கிணத்துத் தண்ணீ கொடுத்தாங்க, வாங்கிண்டு வந்தேன். இனிமே நாளை சாயந்திரம்வரைக்கும் கிணத்துப் பக்கம் போக வேண்டாம்."

"எங்கே ராணியம்மா?"

ஜமுனா அதற்குப் பதில் சொல்லாமல், "டீ சாப்பிடறீங்களா?" என்று கேட்டாள்.

"வா, வெளியிலே போகலாம்," என்று பாஸ்கர் ராவ் சொன்னான்.

"இப்பொவா?" என்று ஜமுனா கேட்டாள். "இன்னியிலேந்து தான் டாங்க் தண்ணி விடறாங்க."

"தண்ணிதானே, நான் அண்டா அண்டாவா கார்லே வைச்சு நாளைக்குக் கொண்டுவரேன்."

"இன்னிக்கு கார்டு தந்துடுவாங்க."

"என்ன கார்டு! ரேஷன் கார்டா?"

"ரேஷன் கார்டு மாதிரிதான். இங்கே தெருவிலே ஒரு டாங்கி கொண்டுவந்து வைச்சிருக்காங்க. இரண்டு நாளைக்கு ஒரு தடவை லாரியிலே

தண்ணி கொண்டுவந்து ரொப்புவாங்களாம், தெருக்காரங்களுக்கு வீட்டுக்கு இரண்டு குடம் தண்ணி."

"சரி, டீ போட்டுக் கொண்டா."

ஜமுனா ஸ்டவ்வை மூட்டும்போது பாஸ்கர் ராவ் "அரை மணியிலே கிளம்பணும்," என்றான். ஜமுனா ஸ்டவ் திரியை ஏகமாக உயர்த்தினாள்.

அப்போது சாயா வந்தாள். அவளைப் பார்த்ததும் பாஸ்கர் ராவ் ஒரு இம்மியளவு குறுகின மாதிரி இருந்தது. சாயா கடுமையான முகத்துடன் அவளுடைய கைப்பையை மேஜை மீது வைத்துவிட்டு "ஜமுனா!" என்று உரத்த குரலில் கூப்பிட்டாள். நான்கடி தூரத்திலேயே இருந்த ஜமுனா தூக்கிவாரிப் போட்டுக்கொண்டு எழுந்தாள். சாயாவின் முகத்தைப் பார்த்துவிட்டு ஒன்றும் பேசத் தோன்றாமல் நின்றாள். சாயா, "உனக்கு எவ்வளவு தடவை டிபன் காரியர் மேல்தட்டிலே மோர் வைக்க வேண்டாம்னு சொல்றது?" என்று கேட்டாள். அவள் கேட்கவேண்டும் என்கிறது அது இல்லை என்று தெரிந்தவளாக ஜமுனா பதில் பேசாமல் டீ வடிகட்டுவதில் முனைந்தாள். பாஸ்கர் ராவ் அசையாமல் உட்கார்ந்திருந்தான். சாயா செருப்பை உதறிவிட்டுத் தண்ணீர் டிரம்மை ஏகமாகச் சப்தம் வரும்படி திறந்து பார்த்துவிட்டு, "தண்ணீ இல்லே?" என்று முன்பு பேசின குரலிலேயே கேட்டாள். "பக்கத்திலேயே பக்கட்டிலே தண்ணி இருக்கே" என்று ஜமுனா சொன்னாள். கண்ணெதிரே இருந்தது கண்ணுக்குத் தெரியாமல் போய்விட்டதை உணர்ந்த சாயா வேகம் தணிக்கப்பட்டவளாக இருந்தாள். ஜமுனா ஒரு கப் டீயை மேஜைமீது வைத்துவிட்டு ஸ்டவ் அருகே சென்று அதை அணைத்தாள். சாயா ஒரு செம்பு தண்ணீரை எடுத்துக்கொண்டு அறை வெளியே போனாள். பாஸ்கர் ராவ் ஓரளவு தாராளமாக மூச்சுவிட்டுக்கொண்டு ஜமுனாவைப் பார்த்தான். ஜமுனா அவன் கண்களைத் தவிர்த்தபடி இருந்தாள். அப்படி அதிக நேரம் இருக்க முடியாமல் பாஸ்கர் ராவைப் பார்த்துவிட்டபோது அவன் கண்களால் "உம், கிளம்பு" என்கிற மாதிரி சமிக்ஞை செய்தான். ஜமுனாவும் ஒரு செம்பை எடுத்து அதில் பாதியளவு மட்டும் தண்ணீர் மொண்டுகொண்டாள். முன் தலைமயிர், ஈரத்தில் நெற்றியுடன் ஒட்டிக்கொண்டிருக்க சாயா உள்ளே வந்தாள். ஜமுனா தன் செம்பை எடுத்துக்கொண்டு வெளியே போனாள். சாயா தன் செம்பை பக்கெட்டருகில் வைத்துவிட்டு அவளும் வெளியே வந்தாள். ஜமுனா அரைச் செம்புத் தண்ணீரை மிகவும் கவனமாக உபயோகித்து முகத்தையும் கை கால்கள் அனைத்தையும் கழுவிக்கொண்டு அறைக்குள் வந்தாள். பாஸ்கர்

தண்ணீர்

ராவ் டீ குடித்துவிட்டு நின்றுகொண்டிருந்தான். ஜமுனாவைப் பார்த்து மெதுவாக, ஒரு தீர்மானத்துடன், "கிளம்பு," என்றான். ஜமுனா முகத்தைத் துடைத்துக்கொண்டு தன் பெட்டியைத் திறந்தாள். அப்போது சாயாவும் உள்ளே வந்து மேஜை மீதிருந்த டீயைக் குடிக்க ஆரம்பித்தாள். பெட்டியிலிருந்து ஒரு புடவையை எடுத்துக்கொண்டு ஜமுனா சாயாவிடம், "நான் வெளியிலே போகப்போறேன். நீ எங்கேயாவது போறதுன்னா பூட்டிக் கொண்டு போ," என்றாள். சாயா "எங்கே போகப் போறே?" என்று கேட்டாள். ஜமுனா சடாரென்று சாயாவின் முகத்தை ஏறிட்டுப் பார்த்தாள். சாயா தாட்சண்யமில்லாமல், "எங்கே போகப் போறே?" என்று மீண்டும் கேட்டாள். ஜமுனா, "ஏன், சொல்லிவிட்டுத்தான் போகணுமோ?" என்று திருப்பிக் கேட்டாள். சாயா, "கண்ட நாய்களெல்லாம் வீட்டிலே ஏன் அழைச்சுண்டு வரே?" என்று கேட்டாள். ஜமுனா "யாரும் நாயில்லே" என்று சொன்னாள். பாஸ்கர் ராவ், "நாயாயிருக்கிறவங்களுக்குத்தான் யாரைப் பார்த்தாலும் நாய் மாதிரித் தோணும்," என்றான். சாயா முதல் முறையாகப் பாஸ்கர் ராவை நேருக்கு நேர் பார்த்தாள், "ஏய் மிஸ்டர், வெளியிலே போ!" என்றாள். "நீ யாரு என்னை வெளியிலே போங்கறத்துக்கு?" என்று பாஸ்கர் ராவ் கேட்டான். "டேய் லோஃபர்! மரியாதையா வெளியிலே போறியா, போலீசைக் கூப்பிடட்டுமா?" என்று சாயா கேட்டாள். ஜமுனா, "சாயா," என்றாள். "நீ யாருடீ போலீசைக் கூப்பிடறதுக்கு? உன்னையும் லாக்காப்புலே போட்டுடுவானே? மிலிட்டிரியைக் கூப்பிடுடீ! மிலிட்டிரித் தண்ணி உடம்பிலே நிறைய ஊறியிருக்காது?" என்று பாஸ்கர் ராவ் சொன்னான். சாயா ஒரு செருப்பை எடுத்துக்கொண்டாள். பாஸ்கர் ராவும் தயாராக நின்றான். ஜமுனா சாயாவிடம் பாய்ந்து சென்று, "சாயா, சாயா," என்றாள். சாயா அவளை உதறித் தள்ளினாள். ஜமுனா அவளைக் கெட்டியாகப் பிடித்துக்கொண்டாள். சாயா, "சீ வெட்கங்கெட்டவளே!" என்றாள். பாஸ்கர் ராவ் தலை கலைந்துபோய் முகம் சிவக்க நின்றான். ஜமுனாவின் பிடியைச் சாயாவால் தாங்க முடியாமல் தொய்ந்துபோனாள். "தோளை விடுடீ," என்றாள். ஜமுனா அவள் பிடியைத் தளர்த்தினாள். சாயா செருப்பைக் கீழே போட்டாள். "தூ," என்று ஜமுனாவின் முகத்தில் துப்பினாள். ஜமுனா அதைத் துடைத்துக்கொண்டு சாயாவை முழுதும் விட்டுவிட்டாள். சாயா அறையின் ஒரு மூலைக்குப் போனாள். ஜமுனா அவள் தலையைச் சரிப்படுத்திக்கொண்டு பெட்டியிலிருந்து அவள் எடுத்த புடவையை எடுத்துப் பிரித்தாள். அதைப் பார்த்து பாஸ்கர் ராவ் திரும்பி வாசல் கதவுப் பக்கம் பார்த்தபடி நின்றான். "நன்னாத்தான் பார்த்துண்டு நில்லேன்! நீ பார்க்காததா?" என்று சாயா சிறிது தணிந்த

குரலில் சொன்னாள். பாஸ்கர் ராவ் காதில் விழாத மாதிரி நின்றான். ஜமுனா பழைய புடவையை அவிழ்த்துவிட்டுப் புதுப்புடவையைக் கட்டிக்கொள்ள ஆரம்பித்தாள். சாயா யாரையும் பார்க்காதபடி நின்றுகொண்டிருந்தாள். ஜமுனா புடவையைக் கட்டி முடித்த பிறகு சுவர்க் கண்ணாடியில் தலையைச் சரிசெய்துகொண்டாள். ஒரு நொடியில் சோளியும் மாற்றிக்கொண்டாள். பாஸ்கர் ராவ் பொறுமை குலைந்தவனாகக் கால் தொடையை ஆட்டிக்கொண்டு நின்றான்.

"நான் போயிட்டு வரேன். நீ சாப்பிட்டுடு," என்று ஜமுனா சாயாவிடம் சொன்னாள். பாஸ்கர் ராவ் திரும்பி, "சரி, போகலாமா?" என்று கேட்டான். ஜமுனா, "உம்," என்றாள். பாஸ்கர் ராவ் வெளியே போனான். அவன் கண்ணைவிட்டு மறைந்த பிறகு ஜமுனா சாயாவிடம் சென்று அவள்முன் நின்றாள். சாயா முகத்தைத் திருப்பிக்கொண்டாள். ஜமுனா அவள் முகத்தைப் பிடித்துத் திருப்பி, "சாயா," என்று கனிவாக அழைத்தாள். சாயா முகத்தை விடுவித்துக்கொண்டு திருப்பிக்கொண்டாள். ஜமுனா அவள் முகத்தை மீண்டும் பிடித்துத் திருப்பி, "கோச்சுக்காதே" என்றாள். சாயா, "எனக்கென்ன கோபம்? நீ எப்படிப் போனா எனக்கென்ன?" என்றாள். ஜமுனா ஒரு கணம் சாயாவின் முகத்தைப் பார்த்தபடி நின்றாள். "நான் போற வழிதான் என்ன? எனக்கும் யாராவது வேண்டாமா?" "இந்த லோஃபரோடதான் சுத்திண்டு அலையணுமா?" "எனக்கு வேறே யார் இருக்கா? யாருமில்லேன்னு உனக்குத் தெரியாதா?" "நான் நாளைக்கே ஹாஸ்டல்லே போய்ச் சேர்ந்துடப் போறேன்," "என்னை விட்டுட்டுப் போயிடப் போறியா?" "நீதான் ஏற்கனவே போயிட்டயே?" அப்போது பாஸ்கர் ராவ் மீண்டும் வந்து, "என்ன கிளம்பல்லே, வெளியிலே டாக்சி எவ்வளவு நேரம் காத்திண்டிருப்பான்?" என்று கேட்டான். கேட்டுவிட்டுக் கீழே போய்விட்டான். ஜமுனா சாயாவின் முகத்தையே பார்த்தபடி நின்றாள். பிறகு, "நான் போயிட்டு வரேன்," என்று நகர்ந்தாள். சாயா, "போகாதே அக்கா. உன்னைத் தெரு நாயாக்கித் தெருவிலேயே விட்டுடுவாங்க இவங்கள்ளாம்," என்று சொன்னாள். ஜமுனா, "என்னை இப்பவே நாய் மாதிரித் தானே நீ நடத்தறே," என்று கேட்டாள். பிறகு அறை வெளியே போனாள். வாசல்படியைத் தாண்டு முன் ஒரு வீச்சில் சாயாவைப் பார்த்துவிட்டுப் போனாள். சாயாவின் கண்களில் நீர் படிந்திருந்ததுபோல் அவளுக்குப் பட்டது.

தெருவில் மெதுவாகப் பேச்சுக் குரல் கேட்டது. மாறி மாறிப் பலவிதக் குரல்கள் தொடர்ந்து கேட்டுக்கொண்டிருந்தன. எவ்வளவோ ஆண்கள், பெண்கள் வெகு வேகமாக இப்பக்கமும் அப்பக்கமுமாகப் போய்க்கொண்டிருந்தார்கள். இடையிடையே சைக்கிள் சப்தமும் கேட்டது. ஜமுனா இதெல்லாவற்றையும் தவிர்க்க முடியாமல் கேட்டுக்கொண்டு படுத்துக்கொண்டிருந்தாள். பொழுது விடிய இன்னும் வெகுநேரம் இருந்தது. தெருவில் போகிறவர்கள் ஒருவர் தவறாமல் கையில் ஒரு பெரிய குடத்தையோ பக்கெட்டையோ தூக்கிக்கொண்டு போவார்கள். அவ்வப்போது அவற்றில் நீர் ததும்ப எடுத்துப் போவதும் கேட்டது. உண்மையில் எவ்வளவோ கெஞ்சிக் கூத்தாடிப் பாடுபட்டுப் பிடித்துத் தூக்கிவரும் தண்ணீரில் கால்வாசி இப்படித் தெருவில் போய்விடும். தண்ணீர் ததும்பி தெருவில் நீளமாகப் பட்டையிட்டது அந்த இருட்டில்கூடத் தெரியும். அந்த இருட்டில் எல்லார்க்கும் கண் தெரிந்தது. கண் தெரிந்துதான், தெருவிளக்கு ஒன்றும் இல்லாது போனால்கூட, ஒருவர் மேல் ஒருவர் இடித்துக்கொள்ளாமல் வெகு வேகமாகத் தண்ணீரைத் தேடிப் போய்க்கொண்டிருந்தார்கள். ஜமுனா மட்டும் அவசரம், பதட்டம் இல்லாமல் அந்த நேரத்தின் ஊரோசையைக் கேட்டபடி படுத்துக்கொண்டிருந்தாள். யாருடையதோ தெரிந்த காலோசை, தூக்கமுடியாதபடி எடுத்து வரும் கனத்தினால் அதிர்ச்சி அதிகம் ஏற்படுத்தும் காலோசை, கேட்டது. ஜமுனா அது யாருடையது என்று ஊகிப்பதற்கும் கீழே வீட்டு கேட் திறக்கப் படும் சப்தம் கேட்பதற்கும் சரியாக இருந்தது. அது வீட்டுக்கார அம்மாளின் கணவர். பாண்டி பஜார் அருகே மூன்று நான்கு குழாய்க் கிணறுகள்

தோண்டி, கார்ப்பரேஷன்காரர்கள் கை பம்பு வைத்திருந்தார்கள். அங்கிருந்துதான் அந்த மனிதர் தண்ணீர் கொண்டுவருகிறார்.

வயது அறுபதுக்கு மேலாகிவிட்டது. சர்க்கரைத் தொந்தரவு. இன்னும் பெண்சபலம் உண்டு. ஜமுனாவிடமே உண்டு. ஆனால் மாடிப்படி ஏறி வருவதற்குள் மூச்சு வாங்கும். அவர் அரை மைல் நடந்துபோய்த் தண்ணீர் கொண்டுவருகிறார். அடுத்த தெருவில்கூட ஒரு குழாய்க் கிணற்றில் தண்ணீர் வந்தது. ஜமுனாகூட அங்கிருந்து பிடித்து வந்திருக்கிறாள். பம்பு அடிக்கும்போது நல்ல தண்ணீராகத்தான் வெளிவரும். ஆனால் பாத்திரத்தில் பிடித்த அரை மணிக்குள் ஏதோ அழுக்குநிறம் அடைந்துவிடும். சமைக்க அதை உபயோகப்படுத்த முடியாது. துணி தோய்க்கப் பயன்படுத்த முடியாது. கைகால் கழுவ வைத்துக்கொள்ளலாம். ஒரு மாதிரி குளிக்கக்கூடக் குளித்து விடலாம். குளிக்கலாம். அவள் குளித்துவிடுவாள் அந்தக் கலங்கிய தண்ணீரில்கூட. சாயா தொடுவதற்கே அருவருப்புப் படுவாள். அவள் குளித்தாளோ என்னவோ.

ஜமுனா புரண்டு படுத்துப் போர்வையைச் சரிசெய்து கொண்டாள். சாயா போய்விட்டாள். இம்முறை போயே விட்டாள். அன்று பாஸ்கர் ராவுடன் சென்று இரவெல்லாம் கூத்தடித்துவிட்டு இன்னொரு நாளும் அப்படியே காலம் கடத்தி அதற்கும் அடுத்த நாள் விடிகாலையில் அவன் தெரு முனையில் அவளைக் காரிலிருந்து இறக்கிவிட்டுப் போனபோது ஜமுனாவுக்குக் கால் மிகவும் தயங்கிற்று. அவள் அவ்வளவு தயங்கியிருக்க வேண்டாம். சாயா அப்போதே இல்லை. சாயா இருந்திருந்தால் ஒரு கணம், ஒரே ஒரு கணம்தான் ஜமுனாவின் முகத்தை ஏறிட்டுப் பார்த்திருப்பாள். அந்த ஒரு கணம்தான் தீராத நரக வேதனையாக இருந்திருக்கும். அந்தத் தீராத நரக வேதனையான ஒரே ஒரு கணத்தில் ஜமுனாவின் முகத்தையும் கண்களையும் பார்த்துவிட்டுச் சாயாவால் கடந்த முப்பத்தாறுமணி நேரங்களில் நடந்தது எல்லாவற்றையும் அக்கணமே தெரிந்துகொண்டிருக்க முடியும். நல்லவேளை, சாயா இல்லை. ஐயோ, அது நல்லவேளைதானா? இனிமேல் அநேகமாகத் தினமுமே பாஸ்கர் ராவ் வந்துவிட மாட்டானா? தினமும் அவனால் இழுத்துப் போகப்பட்டு, யார் யாரோ பெயர் ஊர் பாஷை தெரியாதவர்களுடன் சேர்ந்து உட்கார்ந்து குடித்துவிட்டு இரவெல்லாம் இருட்டிலும் விளக்கு வெளிச்சத்திலும் கிக்கிக்கி என்று வாய்விட்டு இளித்துச் சிரித்துக்கொண்டே காலம் கழிக்க வேண்டுமா? அவர்கள் சாராயத்தைத் தரும்போது அந்தத் தம்ளரைப் பிடுங்கிச் சாராயத்தை அவர்கள் மீதே ஏன் கொட்டிவிட முடிவதில்லை?

ஜமுனா ஏகமாகப் புரண்டு படுத்தாள். படுத்துக்கொள்ளவே முடியவில்லை. தூங்காமல் படுத்துக்கொள்ள இனி எந்நாளும் அவளால் முடியப்போவதில்லை. சாயா இருந்தாலும் இல்லா விட்டாலும்.

ஜமுனா எழுந்திருந்து, விளக்கைப் போட்டுக்கொண்டு தண்ணீர்த் தவலையருகே போனாள். அதில் பாதிக்கும் மேல் தண்ணீர் இருந்தது. நேற்று முன்தினம் கொண்டுவந்தது. இன்னமும் இருந்தது. அவள் ஒருவளுக்குத்தான். எவ்வளவு ஆகிவிடப் போகிறது? ஒரு நாளைக்கு நான்கு அல்லது ஐந்து தம்ளர் தண்ணீர் குடித்தால் அதிகம். தினம் குளிப்பதைத்தான் விட்டாயிற்று. வேறு எது எதையோ விட்ட மாதிரி.

ஜமுனா விளக்கை அணைத்துவிட்டு மீண்டும் படுத்துக் கொண்டாள். ஊரே எழுந்திருந்து ஒரே அவசர அலைச்சலில் ஈடுபட்டிருக்கும்போது அவள் மட்டும் விளக்கையணைத்துவிட்டுப் படுத்துக்கொள்ள முடிந்தது. விளக்கைப் போட்டுக்கொண்டே படுத்துக்கொண்டிருக்கலாம். தூங்கமுடியாமல் இருட்டில் படுத்திருப்பதைவிட விளக்கொளியில் படுத்திருப்பது அவ்வளவு சிரமமில்லை. இப்போதுகூட எழுந்திருந்து விளக்கைப் போட்டுக் கொள்ளலாம்.

வேண்டாம் என்று, பல்லைக் கடித்துக்கொண்டு ஜமுனா புரண்டு படுத்தாள். நல்ல விளக்கு வெளிச்சத்திலேயே அவள் எப்படி எல்லாம் நடந்துகொண்டிருக்கிறாள்? நினைவே பிசகிப் போகிற மாதிரி. குடிக்க வைத்தாலும் பரவாயில்லை. அவளுக்கு என்னவோ நினைவே பிசகிப்போனதாக ஞாபகமே இல்லை. நினைவு பிசகிப்போகாமல் புத்திதான் பால் குடித்த ஒரு மாதப் பசுங்கன்றுக் குட்டிபோல் யாரும் நிர்ணயிக்கமுடியாமல் அந்தக் காலாலும் இந்தக் காலாலுமாகக் குதித்து ஓடித் திரிந்து வந்தது. படுத்துக்கொண்டே ஜமுனா தன் இரு கைகளாலும் கண்களை மூடிக்கொண்டாள். இந்தத் தடவைகூட, அந்த இரு தடியர்கள், கண்கள் கலங்கியிருக்க, வாயோரத்தில் எச்சில் ஒழுக, அந்த இரு நெல்லூர் தடியர்கள், அந்த ஹோட்டல் அறையில் ஜமுனாவை, துணியை அவிழ்த்து ஓட வைத்து வேடிக்கை பார்த்தார்கள். பாஸ்கர் ராவ் படம் எடுப்பதற்கு அவர்கள்தான் பணம் போடப்போகிறார்கள். வெளியூரிலிருந்து சினிமா எடுப்பதற்கு இங்கு வருபவர்கள் இரண்டிரண்டு பேராகத்தான் வருவார்களோ? அவர்களுக்கு வேடிக்கையிருந்தால் அவளும் அல்லவா அதில் ஏதோ பெரிய விளையாட்டு இருக்கிற மாதிரி சிரித்துக்கொண்டு இளித்துக்கொண்டு நெளிந்துகொண்டு தாவிக் கொண்டு குதித்துக்கொண்டிருந்தாள்? அந்த ஆபாசத்தைத் திருப்பிக்கூட நினைக்க முடியவில்லையே!

சாயா இல்லாதது நல்லதாகப் போயிற்று. ஒரு கணத்தில், ஒரே ஒரு கணத்தில் சாயா மணிக்கணக்கில் நடந்ததை எல்லாம் தெரிந்துகொண்டுவிடுவாள். அவள் எல்லாம் தெரிந்தவளாக இருக்கிறாள் என்பதைத் தெரிந்துகொண்டு அந்தச் சிறு அறையில் அரை மணி இருப்பது பெரும்பாடாகப் போய்விடும். தான் எல்லாம் தெரிந்தவள் என்பதைத் தெரிவிக்காத முறையில் சாயாவால் இருக்க முடியாது. அவள் நடப்பது, நிற்பது, குனிவது, உட்காருவது, தலையை வாரிக்கொள்வது, சாப்பிடுவது – எக்காரியம் செய்வதிலும் அவள் ஜமுனாவின் அந்தரங்கங்களையெல்லாம் தெரிந்தவள் என்பதைக் காட்டிக்கொள்ளாமல் இருக்கமுடியாது. எவ்வளவு தான் நெருங்கியவர்களானாலும் சில அந்தரங்கங்கள் ஒருவருக்கொருவர் தெரியாத வரையில்தான் சகித்துக்கொள்ள முடிகிறது. ஆனால் சாயா ஒரு கண்ணாடியை ஊடுருவிப் பார்ப்பது போல் தன்னைப் பார்த்துவிடுகிறாள். அவ்வளவிற்கும் நான்கு வயது சின்னவள். இன்னும் இருபத்தைந்து முடியவில்லை. அவள் படித்தவள், காலேஜுக்குப் போனவள், வேலைக்குப் போகிறவள், ஒழுங்காக ஒருவனை – அவன் மிலிட்டிரிக்காரனாக இருந்தாலும் – கல்யாணம் என்று செய்துகொண்டு ஒரு குழந்தையும் பெற்றுக்கொண்டவள். ஆனால் தனக்குத் தெரிந்த உலகின் பரவலும், தீவிரமும், ரகங்களும், கூச்சல்களும், விக்கல்களும், முனகல்களும், வெறிகளும் அவளுக்குத் தெரியாது. இதெல்லாம் அனுபவமாகவோ பார்த்தோ தெரியாமல் இருந்தும் எப்படி அவளால் தன்னைக் கூசவைக்க முடிகிறது, தயங்க வைக்க முடிகிறது, பயப்பட வைக்க முடிகிறது? சாயா! சாயா! விட்டு விட்டுப் போய்விட்டாயே சாயா!

ஜமுனா புரண்டு புரண்டு படுத்தாள். பொழுது விடியவில்லை. பொழுது விடிய இன்னும் வெகுநேரம் இருந்தது. ஆனால் பொழுது விடிவதையே ஒரு பொருட்டாகக் கருதாமல் தெருவில் ஏகப்பட்ட ஜனம் அங்கும் இங்கும் குடத்துடனும் தவலையுடனும் பக்கெட்டுடனும் கால்நடையாகவும் சைக்கிளில் பாத்திரத்தை வைத்துக் கட்டியும் போய்க்கொண்டிருந்தது. நடு நடுவில் அந்த மூன்று சக்கர சைக்கிள் வண்டிகள். ஒரு வண்டியில் ஒரு பெரிய டிரம்மை வைத்துக்கொண்டு போவார்கள். எங்கேயிருந்து அவ்வளவு தண்ணீர் சம்பாதிப்பார்கள்? எப்படியோ சம்பாதித்து ஹோட்டல்களுக்கு விற்றுவிடுவார்கள். ஹோட்டல்களில் சமைக்கும் தண்ணீர், தட்டு கழுவும் தண்ணீர், குடிக்கத் தரும் தண்ணீர் எல்லாம் இந்த டிரம் தண்ணீர்தான். நல்ல இருட்டில் எந்தப் பாழும் கிணற்றிலிருந்தோ எந்த யுகத்திலோ சுத்தம் செய்யப்பட்ட அந்த டிரம்மில் தண்ணீர் இழுத்து நிரப்பிக்கொண்டு அவர்கள் போவதும் கேட்டது. அந்தத் தண்ணீரில் வேர், விழுது,

சத்தை, குப்பை, நத்தை, அட்டை, கரப்பான், தவளைகூட இருக்கலாம். ஹாஸ்டலுக்குப் போயிருக்கிறாளே சாயா, அவள் இந்தத் தண்ணீரைத்தான் குடிக்கிறாளா? இதில் தயாரிக்கப்படும் டீயைத்தான் குடிக்கிறாளா? சாயா! சாயா! ஒரு சிறு தூசியைக் கண்டால்கூடப் பாத்திரத்தையே சாக்கடையில் கவிழ்த்து விட்டு வருவாயே. இப்போது நீ ஹாஸ்டலில் எப்படி இருந்து கொண்டிருக்கிறாய்? என்னைப் பிடிக்காமல் போனதில், உனக்குப் பிடிக்காமல் இருந்ததெல்லாம் இப்போது பிடிக்க ஆரம்பித்துவிட்டதா? நான் உனக்கு என்ன செய்துவிட்டேன்? ஏதாவது மோசம் செய்துகொண்டால் எனக்குத்தானே செய்து கொண்டேன்? ஏன் நீ போய்விட்டாய்? நீ நிஜமாகவே போய் விட்டாயா?

ஜமுனா எழுந்து உட்கார்ந்தாள். வீட்டுக்கார அம்மாள், பிள்ளைகள், பெண்கள் எல்லாரும் மாறி மாறி வெளியே போய் அரைமணிக்குப் பிறகு, தண்ணீருடன் வருவதைத் தெரிந்து கொள்ள முடிந்தது. அந்த வீட்டில் குழாயில் தண்ணீர் நின்றுபோய் மாதக்கணக்கில் ஆகிறது. கிணற்றில் தண்ணீர் ஒரு நாளைக்கு நான்கு வாளிகள் ஊறுவதோடு நின்றுபோனதும் ஒரு மாதத்திற்கு மேலாகிறது. தெருவுக்கே ஒரே வீடாக அந்தக் கோடிவீட்டில் தண்ணீர் வருவதும் நின்றுபோய்ப் பதினைந்து நாட்களுக்கு மேலாகிறது. இரண்டு நாட்களுக்கு ஒருமுறை, மூன்று நாட்களுக்கு ஒருமுறை, தெரு டாங்கிக்கு வரும் லாரித் தண்ணீரை, முன்பு மூன்று பெரிய பிளாஸ்டிக் பக்கெட் நிறையத் தருவார்கள். இப்போது தண்ணீர் வாங்கும் குடுமபங்கள் அதிகரித்துப்போய் ஒரு குடும்பத்திற்கு இரண்டே பக்கெட் தண்ணீர் என்றாகிவிட்டது. லாரியிலிருந்து தெரு டாங்கிக்குத் தண்ணீரை லாரியிலேயே பொருத்தப்பட்ட ஒரு மோட்டார் பம்புமூலம் மாற்றினார்கள். ஏகமாகப் புகை கிளப்பிக்கொண்டு ஓடும் அந்த மோட்டார் பம்பு ஒரு பெரிய குழாய்மூலம் டாங்கியில் தண்ணீரைத் தள்ள, ஒரு சிறு குழாய்மூலம் தனியாகக் கீழேயும் தண்ணீரை வெளித் தள்ளும். அந்தத் தண்ணீரைப் பிடித்துக்கொள்ளவும் இடி, அடி, தள்ளுதல் எல்லாம். நேற்று ஜமுனாவுக்குத் தண்ணீர் கிடைக்காமல் போனபோது அந்த டிரைவரே ஆறுதல் கூறுவதுபோல் “இன்னிக்கு உனக்கு தண்ணியில்லாமெ போயிடுத்து,” என்றான். அடுத்த முறை அவன் நிச்சயம் அவளுக்குச் சலுகை காட்டுவான். எதற்காக? தண்ணீர் இல்லாமல் கஷ்டப்படுகிறாள் என்ற பரிதாபத்தினாலா? தன்னைப் பார்த்துப் பரிதாபப்படுகிறவர்கள் இருக்கிறார்கள் என்று நினைத்துக்கொண்டால் அது எவ்வளவு முட்டாள்தனம்! அவள் கன்னம் ஒட்டிப்போயிருந்தாலும் கண் உள்ளடங்கிப்போயிருந்தாலும் மயிரில் அங்கங்கு நரை

தோன்ற ஆரம்பித்திருந்தாலும் மார்பு சுருங்கித் தொய்ந்து போக ஆரம்பித்திருந்தாலும் அவளுக்கு எவனாவது சலுகை காட்டினால் அது எதற்கு? அன்பினாலா? பரிதாபத்தினாலா? இல்லை. இல்லை. ஏன், தன்னைப் பார்த்த மாத்திரத்தில் எந்த ஆணுக்கும் மனித உணர்ச்சிகளில் வேறு எதுவும் தோன்றாமல் அது மட்டும் தோன்றுகிறது? பாஸ்கர் ராவால்தான். அவனாலேதான். ஐயோ, அவன் இனிமேல் தினமும் வந்துவிடுவானே! சாயா! சாயா! நீ போய்விட்டாயா? நிஜமாகவே போய்விட்டாயா? இனிமேல் நான் கூப்பிட்டால் வரமாட்டாயா? சாயா, நீ இல்லாமல் நான் என்ன பண்ணுவேனடி? ஐயோ நான் எப்படி இருப்பேன்? நான் தனியாக எப்படி இருப்பேன்? சாயா! சாயா!

ஜமுனா படுக்கையில் உட்கார்ந்துகொண்டு தலைமயிரைப் பிய்த்துக்கொண்டாள். ரொட்டிக் குழவியை எடுத்து மண்டையில் போட்டுக்கொண்டால்தான் அமைதி ஏற்படும் போல் இருந்தது. பொழுது விடிந்ததும் சாயாவின் ஹாஸ்டலுக்குப் போக வேண்டும். சாயாவின் காலைக் கையைப் பிடித்துத் திரும்பி வரும்படிக் கெஞ்சிக் கூத்தாட வேண்டும். சாயா கல்நெஞ்சுக்காரி. ஒரு முடிவு எடுத்தால் எடுத்ததுதான். ஆனால் அந்த முயற்சி செய்துதான் ஆகவேண்டும். நான்கு அயலார் மத்தியில் அவள் காலில் விழவேண்டும். கெஞ்சி அழவேண்டும். சிறுமைப்பட வேண்டும். தனக்குத்தானே குன்றிக் குறுகிப் போகும்படி அவமானம் ஏற்படுத்திக்கொள்ள வேண்டும். சாயாவைவிட்டு அம்மாவிடம் போக வேண்டும். வேண்டாம். அம்மாவிடம் வேண்டாம். சாயாவின் காலில் விழலாம். ஆனால் அம்மாவின் காலில் விழவேண்டாம். விழ முடியாது. அவள் எனக்கு அம்மாவேயில்லை. அவள் யாருக்குமே அம்மாவாக இருக்க முடியாது. சாயா ஒருத்தியின் காலில்தான் விழவேண்டும்.

அப்போது அறைக்கதவு தட்டப்படுவது கேட்டது. ஜமுனா. "சாயா!" என்று கதறிக்கொண்டு கதவைத் திறந்தாள். அறையைக் காட்டிலும் வெளியுலகில் சிறிது வெளிச்சம் அதிகம். வெளியே ஒரு தவலையை வைத்துக்கொண்டு குண்டு டீச்சரம்மா நின்று கொண்டிருந்தாள்.

தண்ணீர்

“என்னன்னு கத்தினே?” என்று டீச்சரம்மா கேட்டாள்.

ஜமுனா ஒருவாறு நிதானப்படுத்திக்கொண்டு, “ஒண்ணுமில்லை . . . வாங்கக்கா, உள்ளே வாங்க,” என்றாள்.

“நான் உள்ளே வரலை இப்போ, குழாய்த் தண்ணிக்குப் போறேன். போறப்போ உன்னைப் பாத்துட்டுப் போலாம்னு வந்தேன். உன்னைக் கண்ணிலேயே காணோமே இப்பல்லாம்? உன்னைப் பாக்காம என் கண்ணே பூத்துப் போயிடுத்து.”

இந்த டீச்சரம்மா, நம்மிடம்தான் இப்படித் திரும்பத் திரும்பச் சொல்கிறாளா அல்லது எல்லாரையுமே சில நாட்கள் பார்க்காதுபோனால் அவள் கண் பூத்துப் போய்விடுகிறதா என்று ஜமுனாவுக்குத் தோன்றிற்று. டீச்சரம்மா அதிக இடைவெளி கொடுக்காமல், “உம், கிளம்பு. ஒரு தவலையைத் தூக்கிண்டு. உனக்கும் குழாய்த் தண்ணி வாங்கித் தரேன்,” என்றாள்.

“எங்கிட்டயே இருக்கு அக்கா.”

“எது, தெரு டாங்கித் தண்ணிதானே?”

“ஆமாம்”

“இன்னொரு நாள் வைச்சாப் புழுத்துப்போகப் போறது.”

ஜமுனா அறைவிளக்கு சுவிட்சைப் போட்டாள்.

“சீக்கிரம்.” டீச்சரம்மா சொன்னாள்.

"எனக்கு இன்னிக்குத் தண்ணி வேண்டாம், அக்கா. அரைத் தவலை தண்ணி அப்படியே இருக்கு," என்று ஜமுனா சொன்னாள்.

"அட, கூட வாடீன்னா, அரைத் தவலைத் தண்ணி உனக்கு அப்படியே இருந்துண்டே இருக்குமோ? திடீர்னு அதிலே ஒரு பல்லி விழுந்தா என்ன பண்ணுவே?"

ஜமுனா பாத்திரத்தைக் காலி செய்தாள். விளக்கை அணைத்துவிட்டுக் கதவைப் பூட்டத் தொடங்கினாள். அப்போது தான் டீச்சரம்மாவுக்கு நினைவு வந்திருக்கவேண்டும். "உன் தங்கை இல்லை?" என்று கேட்டாள்.

"இல்லை" என்று ஜமுனா பதில் சொன்னாள்.

"ஊருக்கு எங்கேயாவது போயிருக்காளா?"

"இங்கே தண்ணிக்கு ரொம்பக் கஷ்டமாயிருக்குன்னு ஒரு ஹாஸ்டலிலே போய்ச் சேர்ந்துண்டா."

"நீ யாராவது தண்ணி வாங்கித் தரேன்னாலும் வேண்டாம், அரைத் தவலை இருக்குன்னு சொல்லறே."

ஜமுனா பதில் சொல்லாமல் டீச்சரம்மாவைப் பின் தொடர்ந்து மாடிப்படியில் இறங்கினாள்.

அவர்கள் அரை மைலுக்கும் மேலாக நடக்க வேண்டியிருந்தது. ஒரு பெரிய பள்ளிக்கூடத்திற்கு எதிரில் அந்த வீடு இருந்தது. வாசல் கேட் பூட்டியிருந்தது. டீச்சரம்மா ஒரு கணம் கேட்டை ஏறிக் குதித்துத் தாண்டிப் போக முடியுமாவென யோசித்தது தெரிந்தது. அந்த எண்ணத்தை மாற்றிக் கொண்டு "மாமா! மாமா!" என்று உரக்கக் கூப்பிட்டாள். அந்த அதிகாலை நேரத்திலும் அந்த வீட்டில் உள்ளே விளக்கெரிவது தெரிந்தது. ஒரு பத்து வயதுப் பெண் யார் என்று பார்க்கிற மாதிரி வீட்டிலிருந்து கேட் அருகே வந்தாள். டீச்சரம்மா அவளிடம், "மாமா இருக்காரா, மாலதி? கேட்டைக் கொஞ்சம் திற," என்றாள். அந்த பெண் டீச்சரம்மா விடமும் ஜமுனாவிடமும் காலிப் பாத்திரங்கள் இருப்பதைப் பார்த்துவிட்டுப் பதிலே பேசாமல் திரும்பிப் போய்விட்டாள். அவள் உள்ளே திரும்பிச் சென்றது சாவி எடுத்து வருவதற்கு அல்ல என்று நிச்சயமாகத் தெரியும். நீண்ட இடைவெளிக்குப் பிறகு டீச்சரம்மா மீண்டும், "மாமா! மாமா" என்று கூப்பிட்டாள். இம்முறை வீட்டின் பெரியவர் வந்தார். அவர் இருட்டில் டீச்சரம்மாவைக் கூர்ந்து பார்த்துவிட்டு, "ஓ, நீயா" என்று சொல்லி கேட் பூட்டைத் திறந்துவிட்டார். டீச்சரம்மா ஜமுனாவை, "வா" என்றழைத்தாள். அப்போதுதான் அந்த வீட்டுக்காரருக்கு டீச்சரம்மாவுடன் கூட இன்னொருத்தி இருப்பதைக் கவனத்தில் கொள்ள முடிந்தது, "யாரது?" என்று நேரடியாக ஜமுனாவைக் கேட்டார்.

டீச்சரம்மா, "நான்தான் அழைச்சிண்டு வந்திருக்கேன், மாமா. நமக்கெல்லாம் தெரிஞ்சவ தான்" என்று சொன்னாள்.

"ஓ" என்று சமாதானமாக வீட்டுக்காரர் சொன்னார். கேட்டைத் திறந்துவிட்டபோது அவரிடம் இருந்த அன்பு சட்டென்று குறைந்துவிட்டதுபோல் இருந்தது.

டீச்சரம்மாவைப் பின்தொடர்ந்து ஜமுனா சென்றாள். கேட்டிலிருந்து வீட்டை அடைய ஐம்பது அடிபோல் செல்ல வேண்டியிருந்தது. அவ்வளவு எட்டியிருந்த வீட்டின் பின் புறத்தில் குளிக்கும் அறையில் இருந்த பம்பில் எப்படியோ தண்ணீர் வந்துகொண்டிருந்தது. ஒரு தடி ஆள், பக்கெட்டில் தண்ணீர் அடித்து அதை ஒரு பெரிய தொட்டியில் கொட்டிக் கொண்டிருந்தான். தொட்டி பாதியளவு நிரம்பியிருந்தது.

டீச்சரம்மாவும் ஜமுனாவும் சிறிது தள்ளி நின்றார்கள். பம்பைச் சுற்றிக் கீழே வெவ்வேறு விதமான பாத்திரங்கள் வைக்கப்பட்டிருந்தன. அவை நிச்சயம் ஒரே வீட்டினுடையதாக இருக்க முடியாது.

அந்த ஆள் ஒரு பக்கெட் நிரம்பத் தண்ணீர் அடித்து அதைத் தொட்டியில் கொட்டினான். தொடர்ந்து இரண்டாம் பக்கெட் அடித்தான். அடுத்து மூன்றாவது. அப்போது டீச்சரம்மா அவனிடம் சொன்னாள், "நாங்க இது இரண்டை மட்டும் பிடிச்சுண்டு போயிடறோம்."

"ஒரு ஆள் ஒரு ஆளாகக் குறுக்கே வந்தா நான் எப்போ தொட்டியை முடிக்கிறது?" என்று பதில் தந்தவண்ணம் அவன் பம்பு அடித்துக்கொண்டே இருந்தான். டீச்சரம்மா வீட்டுக் காரரைத் தேடிப் போனாள். ஜமுனா குழாயடியிலேயே இருந்தாள். உள்ளே வீட்டில் பேச்சுக்குரல் கேட்டது. டீச்சரம்மா, வழக்கத்தைக் காட்டிலும் அதிகக் கலகலப்புடன் யார் யாரிடமோ பேசுவது காதில் விழுந்தது. அவள் குரல்தான் அதிகம் கேட்டது. அந்த வீட்டுக்காரர்கள் அவளுக்கு அதிகம் பதில் கொடுத்ததாகவோ, அவள் பேசுவதைக் கவனமாகக் கேட்டுக்கொண்டிருந்த மாதிரி யாகவோ தெரியவில்லை. ஆனால் சிறிது நேரம் சென்ற பின் டீச்சரம்மாவுடன் அந்த வீட்டுக்காரரும் குழாயடிக்கு வந்தார். அவர் அந்த ஆளிடம், "இவுங்க பிடிச்சுண்டு போயிடட்டும்பா" என்றார். தொட்டியும் அதற்குள் முக்காலளவு நிரம்பியிருந்தது. அந்த ஆள் பம்பு அடிப்பதை நிறுத்தி நகர்ந்துகொண்டான். அந்த தரை இருட்டில் பம்பருகே ஒரு சிறு மேடையிருப்பதைப் பார்க்க முடியாமல் ஜமுனா காலில் இடித்துக்கொண்டாள். "பார்த்துப் போறதுதானே?" என்று அந்த ஆள் கேட்டான். எங்கே பார்த்துப் போறது? பாத்தா மட்டும் தெரிஞ்சு போயிடுமா?" என்று டீச்சரம்மா சொன்னாள். வீட்டுக்காரர், "நீங்க ஒவ்வொரு பாத்திரம்தானே கொண்டு வந்திருக்கீங்க. இன்னும் கால்

மணிக்குள்ளே தண்ணி வரது நின்னு போயிடும். இன்னும் இங்கே துளிக்கூடத் தண்ணி பிடிச்சு வைக்கலே," என்றார். அந்த ஆள் அறைக்கு வெளியே போய்விட்டான். அந்த வீட்டுக்காரர் மட்டும் டீச்சரம்மா பக்கத்திலேயே நின்றுகொண்டிருந்தார். ஜமுனா பம்பு அடிக்க ஆரம்பித்தாள். அது மிகப் பெரிய பம்பு. மிகவும் அழுத்தமாக இருந்தது.

"நான் வரட்டுமா? ஒரு கை பிடிக்கட்டுமா, ஜமுனா?" என்று டீச்சரம்மா கேட்டாள்.

"ஆமாம்க்கா" என்று ஜமுனா சொன்னாள்.

வீட்டுக்காரர் சொன்னார். "இவ்வளவு பெரிய பம்பு போடலேன்னா தண்ணி வராது. இவ்வளவு பெரிய பம்பு போட்டா வீட்டிலேயே யாராலும் அடிச்சுக்க முடியாது. அதுக்குத்தான் பத்தும் பதினைஞ்சும் கொடுத்து ஆள் வைச்சிக்கறது."

டீச்சரம்மாவும் ஜமுனாவும் சேர்ந்து பம்பு அடித்ததில்தான் தண்ணீர் வந்தது. அவர்களுடைய இரு தவலைகளை நிரப்பிக் கொள்வதற்குள் இருவருக்கும் வியர்த்து விருவிருத்துவிட்டது. அந்த வீட்டுக்காரர் அங்கேயே நின்று பார்த்துக்கொண்டிருந்தார். "டேய், வா. அவுங்க அடிச்சுண்டுட்டாங்க," என்றார்.

"நான் போயிட்டு வரேன், மாமா" என்று டீச்சரம்மா மேல் மூச்சு கீழ் மூச்சு வாங்கச் சொல்லிவிட்டுக் கிளம்பினாள்.

ஜமுனாவும் கண்கள் பிதுங்க அவளோடு கூடக் கிளம்பினாள். சாலைக்கு வந்த பிறகு டீச்சரம்மா ஜமுனாவைக் கேட்டாள், "எம் மேலே கோபமா?"

"ஏன்?"

"உன்னை இழுத்துண்டு வந்து நான் தண்ணி ரொப்பிண்டத்துக்கு."

"நானும்தானே தண்ணியடிச்சிண்டேன்?"

"என் ஒருத்தியாலே இந்த ராட்சச பம்பை அடிக்க முடியலே. நேத்திக்கு ரொம்பத் திண்டாடிப்போயிட்டேன். அந்த ஆளு அடிச்சுத் தரமாட்டேங்கறான். அந்த மனுஷனும் அவனை அடிச்சுத் தான்னு சொல்ல மாட்டேங்கறார். என்னைக் கோச்சுக்காதேடா கண்ணு."

"அதெல்லாம் ஒண்ணுமில்லே."

"நான் ஒரு சுயநலக்காரின்னுதானே நினைச்சுப்பே..."

"ஏன் அக்கா இப்படித் திருப்பித் திருப்பிச் சொல்றீங்க? நான் உங்களைப்பத்தி அப்படியெல்லாம் நினைச்சுக்கவேயில்லை."

அவர்கள் திரும்பி வந்த வழியில் டீச்சரம்மா வீடுதான் முதலில் வந்தது. "நான் போயிட்டு வரேன், அக்கா" என்று ஜமுனா சொன்னாள்.

"கொஞ்சம் என் வீட்டுக்குத்தான் வந்துட்டுப் போயேன். ஒரு அஞ்சு நிமிஷம். காபி சாப்பிட்டுட்டுப் போ."

"வேண்டாம்க்கா..."

"என்ன வேண்டாம்? உன் தங்கைகூட இல்லை. உடனே போயிடணும்ற அவசரம்கூட உனக்கு இல்லையே."

அன்று பொழுது விடிவதற்குள் இரண்டு முறை யாரோ மூன்றாமவள் பேச்சுக்கு இணங்கிப் போகிறோமே என்கிற நினைப்பு இருந்தும் ஜமுனா டீச்சரம்மாவைப் பின்தொடர்ந்து அந்த வீட்டிற்குள் நுழைந்தாள்.

அந்த வீட்டில் ரேழிக் கதவை மூடவே மாட்டார்கள் என்று தோன்றிற்று. ரேழியைத் தாண்டியவுடன் ஒரு முற்றம் இருந்தது. முற்றத்தைச் சுற்றி நான்கு பக்கங்களில் நிறையக் குடித்தனக்காரர்கள் இருந்தார்கள். டீச்சரம்மா வின் ஜாகை கொல்லைப்புறம் செல்லும் கதவின் பக்கத்தில் இருந்தது. அநேகமாக மற்ற குடித்தனங்கள் எல்லாவற்றிலும் மின்சார விளக்கு எரிந்துகொண்டிருந்தாலும் டீச்சரம்மா நுழைந்த இடத்தில் ஒரு சிறு மண்ணெண்ணெய் விளக்குதான் எரிந்துகொண்டிருந்தது. அதன் பக்கத்தில் ஒரு கிழவர் போன்றவர் போர்வை யால் நன்றாகப் போர்த்துக்கொண்டு உட்கார்ந் திருந்தார். டீச்சரம்மாவைப் பார்த்து ஏதோ கேட்க ஆரம்பித்தவர் தொடர்ந்து பெரிதாக இரும ஆரம்பித்தார். டீச்சரம்மா ஜமுனாவை, "வா" என்று சொல்லி அழைத்துப்போய் அந்த அறையின் மின்சார விளக்கை ஏற்றினாள். அந்த இருமல் மனிதருக்கு ஐம்பது வயதுகூட இருக்கும். அவரைத் தவிர இன்னொரு கிழவி கை கால்களைச் சுருட்டிக்கொண்டு படுத்துத் தூங்கிக்கொண்டிருந்தாள். ஒரு ஜமக்காளமும் தலையணையும் ஒரு குவியலாகச் சுவரோரமாகக் கிடந்தன. அதில்தான் டீச்சரம்மா படுத்திருக்க வேண்டும். ஒரு பெட்டியை ஜமுனாவிடம் சுட்டிக் காட்டி, "இப்படி உட்காரு, அஞ்சு நிமிஷத்திலே காபி தயார் பண்ணறேன்," என்று டீச்சரம்மா சொன்னாள். சொல்லிவிட்டு அந்த அறையில் சமையல் செய்யும் மூலைக்கருகில் அவள் இடுப்புத் தவலையை இறக்கி வைத்தாள். அங்கே ஒன்றின்மீது ஒன்றாக மூன்று நான்கு பாத்திரங்களில் தண்ணீர் வைத்திருந்தது.

ஜமுனா தன்னுடைய தவலையையும் மெதுவாகக் கீழே இறக்கி வைத்துவிட்டு டீச்சரம்மா காண்பித்த பெட்டிக்கருகே சென்றாள்.

அந்த மனிதர் எதையோ காண்பித்துப் பேச ஆரம்பித்தவர் மீண்டும் இருமத் தொடங்கினார். அவர் காண்பித்தது ஒரு காலி எவர்சில்வர் பாத்திரத்தை. டீச்சரம்மா அவரை, “பால் வாங்கி வைக்கலையா?” என்று கேட்டாள். அவர் ‘இல்லை’ என்று தலையையாட்டிவிட்டு இருமினார். டீச்சரம்மா ஸ்டவ்வை ஏற்றி அதன்மீது ஒரு சிறு பாத்திரத்தில் தண்ணீர் வைத்துவிட்டுப் பக்கத்து அறைக்கு ஓடிச்சென்றுவிட்டு வந்தாள். “பால்க்காரி வந்தாளாமே! வந்தப்போ வாங்கி வைக்காமே இப்ப என்னை அவளைத் தேடிண்டு ஓட வைக்கறேளே?” என்றாள். அந்த மனிதர் தலையையாட்டிவிட்டு மீண்டும் இருமினார். டீச்சரம்மா ஜமுனாவைப் பார்த்து, “ஒரு இரண்டு நிமிஷம் ஸ்டவ்வைப் பாத்துக்கோ நான் பாலை வாங்கிண்டு வந்துடறேன்,” என்று சொல்லிவிட்டு வெளியே போனாள்.

டீச்சரம்மா வெளியே போனவுடனேயே படுத்துக்கொண்டிருந்த கிழவி எழுந்து உட்கார்ந்துகொண்டாள். ஜமுனாவைப் பார்த்து, “நீ யாரடி?” என்று கேட்டாள்.

“இந்தத் தெருவிலேயேதான் இருக்கேன்...”

“இங்கே என்ன வேலை? போ வெளியே!”

ஜமுனா நிலைமை என்னவென்று புரியாமல் விழித்தாள். “கண்டவளை எல்லாம் நடுராத்திரின்னு பார்க்காமே உள்ளே இழுத்து வந்து உட்கார வைக்கறது. போடி, வெளியிலே போயிரு” என்று கிழவி மீண்டும் சொன்னாள். ஜமுனா வெளியே முற்றத்து வராண்டாவில் போய் நின்றுகொண்டாள். பிறகு உள்ளே போய், தன் தண்ணீர்த் தவலையையும் எடுத்துக்கொண்டு கிளம்பினாள். ரேழி தாண்டிப் போவதற்குள் டீச்சரம்மா பாலுடன் வந்து விட்டாள். ஜமுனா வெளியே போவதைப் பார்த்து, “எங்கே போறே?” என்று கேட்டாள்.

ஜமுனா பதில் சொல்லவில்லை.

“என் மாமியார்தானே வெளியிலே போகச் சொன்னா? நீ வா உள்ளே. அவ தூங்காம வெறுமனே படுத்துண்டிருந்தான்னு எனக்கு அப்பவே தெரியும்.” என்று டீச்சரம்மா சொன்னாள்.

தன் மருமகளைப் பார்த்தவுடன் கிழவி மீண்டும் படுத்துக் கொண்டாள். டீச்சரம்மா கொதித்துக்கொண்டிருந்த தண்ணீரைக் கீழே இறக்கி வைத்துவிட்டுப் பாலை ஸ்டவ்வின்மீது வைத்தாள்.

ஜமுனாவைப் பார்த்து, "ஏன் நின்னுண்டிருக்கே? உட்காரு." என்று சொன்னாள். கிழவி நிஷ்டூரமாக ஜமுனாவை ஒரு பார்வை பார்த்துவிட்டு முகத்தைத் திருப்பிக்கொண்டு படுத்தாள்.

டீச்சரம்மா ஒரு சிறு பித்தளை காபி–பில்டர் பாத்திரத்தை எடுத்தாள். அதில் ஏற்கெனவே டிக்காஷன் இறக்கி வைக்கப் பட்டிருந்தது. இன்னொரு பாத்திரத்தில் அதைக் கொட்டிச் சிறிது தண்ணீரும், காய்ந்துகொண்டிருந்த பாலையும் விட்டு காபி கலந்தாள். அதை இரு தம்ளர்களில் நிரப்பி ஒன்றை இருமிக்கொண்டிருந்தவர் முன் வைத்து, இன்னொன்றை ஜமுனாவிடம் கொடுத்தாள். "உம், சாப்பிடு," என்று வேறு சொன்னாள். அந்தச் சூழ்நிலையில், தான் பல் தேய்க்கவில்லை என்பதைக் கூறாமல் ஜமுனா ஒரு வாய் குடித்தாள். காபி நன்றாகவே இருந்தது.

படுத்திருந்த கிழவி சடாரென்று எழுந்து உட்கார்ந்து கொண்டாள். "எனக்கு எங்கேடீ?" என்று கேட்டாள். ஜமுனா அசையாமல் இருந்தாள்.

"முழிச்சுண்டுதான் இருக்கேளோ? பல்லு தேச்சாச்சா?" என்று டீச்சரம்மா கேட்டாள்.

"நான் பல்லுத் தேச்சா என்ன, தேக்காத போனா உனக்கென்னடி? காபி கலந்து எனக்கும் கொடுக்க வேண்டியது தானே உன் ஜோலி!"

"இந்த ஜோலி கோலின்னு எல்லாம் பேச்சு வேண்டாம். காபி கொடுன்னா கலந்து கொடுத்துட்டு போறேன்." என்று டீச்சரம்மா சொன்னாள்.

கிழவி டீச்சரம்மாவை முறைத்துப் பார்த்துவிட்டு முகத்தைத் திருப்பிக்கொண்டாள். டீச்சரம்மா இன்னொரு தம்ளர் காபி தயாரித்தாள். பில்டரில் இருந்த டிக்காஷன் சிறிதும் மிஞ்ச வில்லை.

கிழவி காபியை வாயில் வைத்து, "ஏன் இப்படித் தண்ணியா எனக்கு விட்டடிச்சிருக்கே? கொஞ்சம் டிக்காஷன் விடு" என்றாள்.

"டிக்காஷன்லாம் ஆயிடுத்து. எனக்கே இனிமே போட்டுண்டாத்தான் உண்டு."

"அப்போ இதை நீயே கொட்டிக்கோ" என்று சொல்லியபடி கிழவி தன் தம்ளரை காபியுடன் டீச்சரம்மா மீது வீசியெறிந்தாள். தம்ளர் டீச்சரம்மாவின் இடுப்பைத் தாக்கிக் கீழே விழுந்தது.

ஜமுனா எழுந்து நின்றாள். இருமிக்கொண்டிருக்கிறவர் காபியை முழுக்கக் குடித்துவிட்டுக் காலி தம்ளரைக் கீழே வைத்துவிட்டு ஒன்றும் நிகழாத சூழ்நிலையில் இருப்பதாக இருந்தார். டீச்சரம்மா ஒன்றும் பேசாமல் எழுந்து ஒரு துணி கொண்டு கீழே பரவி ஓடிக்கொண்டிருந்த காபியைத் துடைக்க ஆரம்பித்தாள். ஒரு சமயத்தில் அவள் முகம் மிகவும் சிணுங்கியது. இடுப்பில் பலமாக அடிபட்டிருக்க வேண்டும்.

"இவ பண்ணற அட்டகாசத்தைப் பார்த்தாயா? உக்காந்துண்டே கிடக்கயே நாலு முதுகிலே போடாமே?" என்று கிழவி இருமல்காரரிடம் சொன்னாள். அவர் இருமினார். கிழவி பல்லைக் கடித்துக்கொண்டு, "முண்டே!" என்றாள்.

டீச்சரம்மா தலையை நிமிர்த்தி, "ஏண், முண்டே கிண்டைன்னு பேசாதே! நீ தான் முண்டை," என்றாள்.

கிழவியிடம் திடீரென்று ஒரு பயங்கர வெறி வந்துவிட்டது. "இவ்வளவுக்கு ஆயிடுத்தாடி, முண்டை-முண்டை-முண்டை. சிறுக்கி முண்டை, தேவடியா முண்டை, நாப்பது வயசாறது, புருஷன் சீக்காய்ப் படுத்திருக்கான். இன்னும் தெருத் தெருவாச் சுத்திண்டு குலுக்கி மினுக்கிண்டு வர முண்டை. கட்டையிலே போறவளே, எருக்கு முளைச்சுப் போகப் போறவளே, என்னை முண்டைன்னு வாயைத் திறத்து சொல்லறே! துடை காலி முண்டை, துக்கிரி முண்டை, மலட்டு முண்டை! உன்னை வாரிண்டு போக..."

ஜமுனா தவித்துக்கொண்டிருந்தாள். யாரிடமும் சொல்லாமல் தவலையைத் தூக்கிக்கொண்டு வெளியே வரப் பார்த்தாள். கிழவி மேலும் பாய்ந்தாள். "விவஸ்தை கெட்ட நாயெல்லாத்தையும் வீட்டுக்குள்ளே இழுத்துண்டு வந்து வீட்டிலே இருக்கிறதையெல்லாம் சுருட்டிக் கொடுக்கிறது. என்னையா முண்டைன்னேடி நீ, நாயே..."

அந்த வீட்டின் மற்ற குடித்தனக்காரர் சிலரும் அங்கு வந்து நின்றார்கள். இருமல்காரர் இன்னும் அதிகமாக இருமினார். டீச்சரம்மா நிதானமாக, ஆனால் பல்லைக் கடித்துக்கொண்டு சொன்னாள், "ஏய், கிழப் பொணமே! இப்போ கிடைக்கிற சோத்திலேயும் மண்ணையள்ளிப் போட்டுக்கறே."

கிழவி பயங்கரமாகச் சாபங்கள் கொடுக்க ஆரம்பித்தாள். அப்போது குடித்தனக்காரர்களில் சிலர் அவளிடம் சென்று அவளைச் சமாதானப்படுத்த முயன்றார்கள். ஒருவர் தன் அறைக்குச் சென்று ஒரு தம்ளர் காபி கொண்டுவந்து

தண்ணீர் 53

கிழவியிடம் கொடுத்தார். டீச்சரம்மாவிடம் அநேகமாக எல்லாருமே, "ஏன், இதைக் கிளப்பி விட்டுடறே? கொஞ்சம் பொறுத்து போயிடக் கூடாது? அது விவரம்தான் தெரிஞ் சதாயிற்றே?" என்று இருமல்காரர் அருகில் இருப்பதையும் பொருட்படுத்தாமல் கூறினார்கள். ஜமுனா வெளியே வர அவளோடு டீச்சரம்மாவும் ரேழிவரை வந்தாள். "நீ ஒண்ணும் நினைச்சுக்காதே, ஜமுனாக்குட்டி" என்று கட்டிக்கொண்டு சொன்னாள். ஜமுனா, "என்னாலேதானே அக்கா இவ்வளவும்? எனக்கு எதுக்கு காபி?" என்றாள்.

"நீ இல்லேன்னா வேறே ஏதாவது காரணத்துக்காக இப்படி நடந்திருக்கும். என்னிக்கோ ஒரு நாளைக்கு நான் ஓடித்தான் போகப்போறேன்." அப்படிச் சொல்லும்போதும் டீச்சரம்மா கண்ணில் கண்ணீரே வரவில்லை.

ஜமுனா அந்த வீட்டைவிட்டு இறங்கினாள். "நாளைக் காலம்பறவும் நாலு மணிக்கு வந்துடறேன். தண்ணி பிடிச்சுண்டு வந்துடலாம்," என்று டீச்சரம்மா சொன்னாள்.

ஜமுனாவுக்கு என்ன பதில் சொல்வதென்று தெரியவில்லை.

பூமியே சருகாக உலர்ந்திருந்தாலும் அவன் ஒவ்வொரு முறை கடப்பாரையைத் தூக்கித் தழைத்தபோதும் அரையடிக்குக் குறையாமல் கடப்பாறை முனை தரையைத் துளைத்துக்கொண்டு சென்றது. அவன்போல் இன்னும் நான்கு பேர் அந்தத் தெருவோரமாக ஒரு ஈரிழைக் கோலமாக வெள்ளைப் பொடி கொண்டு கோடிட்டுக் குறிக்கப்பட்ட இடத்தில் பள்ளம் தோண்டிக் கொண்டிருந்தார்கள். அந்த ஈரிழை வெள்ளைக் கோடுகள் அந்தத் தெருவோரத்தில் வீட்டு வெளிச் சுவர்களிலிருந்து முன்றடி தூரத்தில் இருந்தபடியால் உடனுக்குடன் தெருப் போக்குவரத்துக்குச் சங்கடம் இல்லை. அந்த வெள்ளைக் கோடுகள் கார்ப்பரேஷன்காரர்கள் சில மாதங்கள் முன்பு கொண்டுவந்து வைத்திருந்த தண்ணீர் டாங்கிக்குப் பக்கத்திலேயே சென்றன. அந்த நான்கு ஆட்கள் பள்ளம் தோண்டிக்கொண்டே சென்று டாங்கியையும் கடந்து போனால் நிச்சயம் தண்ணீர் லாரி வந்து டாங்கியில் தண்ணீர் கொட்டும்போதும் அதன் பிறகு டாங்கியில் உள்ள தண்ணீரைத் தெருக்காரர்கள் பிடித்துக்கொண்டு போகும்போதும் இத்தப் பள்ளம் பெரிய தொல்லை யாக இருக்கப்போகிறது. தப்பித் தவறி யாராவது ஒரு காலை மட்டும் வைத்து அந்தப் பள்ளத்தில் விழுந்தால் எலும்பு முறிவு ஏற்படத்தான் வேண்டும். முன்பெல்லாம் இப்படித் தெருவில் கார்ப்பரேஷன் ஆட்கள் வேலைசெய்ய வந்தால் ஆர்வத்தோடு, நம்பிக்கையோடு, விவரம் விசாரிக்க நிறையப் பேர் கூட்டம் கூடினார்கள். இப்போது இரண்டே பேர் வந்தார்கள். மற்றவர்கள் ஜன்னலிலிருந்து, வெளிக் கதவிலிருந்து எட்டிப் பார்த்ததோடு, திரும்பித் தங்கள் தங்கள் வேலையைக் கவனிக்கப் போய் விட்டார்கள்.

அந்த ஆட்கள் மூன்றடி ஆழம் தோண்டினவுடனேயே கடப்பாரையை ஏதோ டங்கென்று எதிர்த்து நின்றது. அவர்கள் இப்போது சிறிது கவனத்துடன், மெதுவாகத் தோண்டினார்கள். நீளமாக, சுறுப்பாக, வார்ப்பு எஃகுத் தண்ணீர்க் குழாய் தெளிவாயிற்று. அதுதான் தெரு மெயின் குழாய், சுமார் முக்கால் ஜாண் பருமனிருந்த அந்த மெயின் குழாயில் துளைகள் போட்டு அந்தத் துளைகளில் ஒவ்வொரு வீட்டுக்கும் ஒரு முக்கால் அங்குலக் குழாய் இணைப்பு இருந்தது. அந்த ஆட்கள், தெரு மெயின் குழாய் தெரிய பள்ளம் தோண்டிக் கொண்டிருக்கும்போதே ஒவ்வொரு வீட்டு இணைப்பையும் பிடுங்கிக்கொண்டிருந்தார்கள். அந்த ஆட்களுக்கு மேஸ்திரியாக இருந்து மேற்பார்வை பார்த்துக்கொண்டிருந்தவன் அந்த இணைப்புகள் பிடுங்கப்படும்போது தனியாக வந்த பகுதிகளை ஒரு சிறு சாக்குப் பையில் பத்திரமாக எடுத்துப் போட்டுக் கொண்டான். அவன் சொன்னான். "ஒரு வீடு தவறாமே அத்தினி பேரும் நிப்புள் போட்டிருக்காங்க.

வேடிக்கை பார்த்து நின்றவரில் ஒருவர், "என்ன நிப்புள் போட்டென்ன தண்ணி வந்து மாசக் கணக்கிலே ஆகப்போறது," என்றார். அவர் சொன்னதை நிரூபிப்பதுபோல் அப்போது மேஸ்திரி பிடுங்கிய இணைப்பிலிருந்து துருதான் பொடியாக ஒரு கையளவுக்கு விழுந்தது. "ஹூம்" என்று கசப்போடு அந்த வீட்டுக்காரர் முகம் திருப்பினார். மேஸ்திரி, "பார்க்கண்ட மெய்னை மூடிட்டு வந்திருக்கோம்," என்றான். இன்னொருவர், ஒரு புதுக்குடித்தனக்காரர், விவரம் தெரியாமல், "என்னது நிப்புள்?" என்று கேட்டார்.

முதலில் பேசிய வீட்டுக்காரர் சொன்னார்: "இந்த மெயின்லேந்து வீட்டுக்குக் கனெக்ஷன் கொடுக்கிற இடத்திலே, மெயின் குழாயிலே வீட்டுக்குழா நன்னா இறக்கியிருக்கிற மாதிரி ஒரு அரை அங்குலக் குழாயையும் சேத்து இறக்கினா மெயின்லே கொஞ்சம் தண்ணி வந்தாக்கூட இங்கே வீட்டிலே தண்ணி வரும்."

"அதுலே என்ன தப்பு?" என்று குடித்தனக்காரர் இன்னும் புரியாதவராகக் கேட்டார்.

வீட்டுக்காரர் சொன்னார், "கார்ப்பரேஷன்லே கனெக்ஷன் தரப்போ இந்த நிப்புள் கிப்புள் எல்லாம் கிடையாது. இது அன்னாதரைஸ்டு. ஒரு ஸ்டாப்காக்னு குழா மாதிரிதான் அவன் போடணும். முன்னெல்லாம் அப்படிப் போட்டாலே தண்ணி

எப்படியும் வரும். இந்த நிப்புள் எல்லாம் அவுங்க கிட்டேயே மறுபடியும் நாப்பது ஐம்பது கொடுத்துப் போன வருஷம்தான் போட வைச்சுது. இந்த ஒரு தெருவிலேயே அந்த ஓவர்சியரும், அவன் ஆளுங்களும் ஆயிரம் ரூபாய்க்குக் குறைச்சலில்லாமே பையிலே போட்டுண்டாங்க."

மேஸ்திரி சொன்னான். "நீங்க யார் யாரையோ நம்பி அம்பது நூறு கொடுப்பீங்க. எங்களை நம்பி ஒரு நாலணா டீ குடிச்சிட்டு வாடான்னு தரமாட்டீங்க."

"எந்த அயோக்கியனை நம்பினா மேல்? ஆக மொத்தம் தண்ணிக்கு ஊரையே பறக்க அடிச்சிட்டீங்க... அதுசரி, இப்போ எதுக்குத் தோண்டறீங்க?"

மேஸ்திரி, "தண்ணி மெயினை கிளீன் பண்ணத்தான்," என்றான்.

"இங்கே புதுக் குழா போடலியா, எங்கெங்கேயோ நிறையப் புதுக்குழா போட்டுருக்காங்களே?"

"இங்கேயும் போடவரும், சாமி, மூணு நாலாவது புதுசு போடணும். இந்த மெயினே புதுசாப் போட்டதுதான்."

புதுக் குடித்தனக்காரர் சொன்னார், "மந்தவெளி மைலாப்பூரிலெல்லாம் இவ்வளவு கஷ்டம் இல்லேன்றாங்க, சார் ராத்திரி பன்னெண்டு மணிக்குத் தண்ணி வரதாம். எல்லோரும் பிடிச்சு வைச்சுண்டுறாங்க."

"இந்தத் தெருவிலே அயோக்கியப் பசங்க போர்வெல் போடறேன்னு ஒரு ராத்திரி வந்தாங்க. என் வீட்டிலேந்து எலெக்ட்ரிக் கனெக்ஷன் எடுத்து ராவெல்லாம் ஒரு நூறு வாட் பல்பு போட்டு விளக்கு எரிச்சாங்க. அவன் போட்ட பம்புலே தண்ணியும் வரலை, காத்தும் வரலை."

மேஸ்திரி சொன்னான். "பதினெட்டடி துளை போட்டாங் களாம் சாமி. பூமியிலே தண்ணியில்லாம போனா யாரு தான் என்ன செய்ய முடியும்? என் தம்பி மச்சான்தான் இந்தத் தெருவிலே குழாக் கிணறு இறக்கினான்..."

"வள்ளிசா அந்நூறு ரூபா அடிச்சிருப்பானே இந்த ஒரு கிணறிலேயே? இன்னும் இரண்டடி கூடத் தாண்டினாத்தான் என்னய்யா? அப்புறம் ஒரு நாள் பம்பு பிடியைக் காணோம்.

இன்னொரு நாளைக்கு பம்பையே காணோம். இரண்டு நாள் முன்னாலே உள்ளே இறக்கின குழாயையும் பிடுங்கிண்டு போயிட்டாங்க. இந்தப் பகல் கொள்ளைக்கு எவளோத்தி டில்லிலேந்து கோடி கோடியா அள்ளித் தரா."

அந்தச் சிறுகூட்டம்கூடப் பிரிந்து போய்விட்டது. குழாயைப் பற்றிப் பெரியவர்களுக்குள்ள நம்பிக்கையெல்லாம் வற்றிப் போய்ச் சிறுபையன்கள்தான் தங்கள் கோடை கால விடுமுறையில் நடுத்தெருவில், யாரோ பள்ளம் தோண்டுவதைப் பார்ப்பதில் சுவாரஸ்யம் கொண்டு நின்றார்கள்.

பன்னிரண்டு மணிக்குப் பகல் உணவுக்காகப் போன ஆட்கள் மீண்டும் இரண்டு மணியளவில் வேலையைத் துவக்கினார்கள். மேஸ்திரி மிகவும் கோபமாக இருந்தான். “ஆறு வருஷமாத் தினக்கூலி வாங்கித்தான் வேலை வெட்டி செய்யறேன். இன்னிக்கும் டெம்பரவரிதான். வீட்டுக்குப் போய் திண்ணு வரப் பைத்து நிமிஷம் மேலே போனா ரொம்பத்தான் கோச்சுக்கறியே மேஸ்திரி?” என்று ஒரு ஆள் கேட்டான். மேஸ்திரி, “உம், தபதபான்னு வேலை முடியட்டும்,” என்றான்.

பல இடங்களில் தென்னை மரத்து வேர்கள் குறுக்கிட்டன. பள்ளம் வரும் இடங்களில் அவை களையும் வேறு ஏதாவது தடுத்தால் அவைகளையும் துண்டிக்கத்தான் வேண்டியிருந்தது. தெருவின் பாதி நீளத்திற்குப் பள்ளம் தோண்டியாகிவிட்டது. பள்ளத்திலிருந்து தோண்டி எடுக்கப்பட்ட மண் இப்போது தெருவில் கணிசமாக பகுதியை அடைத்துக்கொண்டிருந்தது. இரண்டு ஆட்களை மட்டும் தொடர்ந்து தோண்டச் சொல்லிவிட்டு, மேஸ்திரி, பள்ளம் முதலில் தோண்டத் தொடங்கிய தெருமுனைக்குப் போனான். அந்த இடத்தில் தெரு மெயின், சாலை பெரிய மெயினுடன் இணைந்தது. மேஸ்திரி பெரிய ஸ்பானர்கள் கொண்டு இணைப்பைப் பிரித்தான். இப்போது அவன் ஆட்கள் தெரு மெயின் குழாயின் முன்பகுதியைக் கடப்பாரை கொண்டு நெம்பி னார்கள். எட்டடி நீளம்வரை உள்ள வார்ப்பு இரும்புக் குழாய்களால் அந்தத் தண்ணீர் மெயின் போடப்பட்டிருந்தது. மேஸ்திரியும் அந்த ஆட்களும் ஒவ்வொரு குழாயாகப் பிரித்து எடுத்து வெளியே போட்டார்கள். அநேகமாக ஒவ்வொரு குழாயும் அடுத்த குழாயுடன் இணையும் இடத்தில் ஒடிந்து தான் பிரிந்தது.

அப்போது பள்ளம் தோண்டிக்கொண்டிருந்த ஆட்களில் ஒருவன் மேஸ்திரியை அவசரமாகக் கூப்பிட்டான். மேஸ்திரி அந்த இடத்திற்கு விரைந்தான். அந்த ஆள் தோண்டிய இடத்தில் எங்கிருந்தோ குபுகுபுவென்று தண்ணீர் வந்து சேறாகிக் கொண்டிருந்தது. அத்துடன் சகிக்க முடியாதபடி நாற்றமும் அடித்துக்கொண்டிருந்தது.

மேஸ்திரி திடுக்கிட்டான். “என்னடா கபோதி! வீட்டு டிரெயினேஜ் குழாயை உடைச்சிட்டாயா?” என்று கேட்டான். அந்த ஆள் பதில் சொல்லவில்லை. “சீக்கிரம் எங்கேந்தாவது களிமண், சிமிட்டி கொண்டாடா பேமானிப் பயலே,” என்று மேஸ்திரி சொன்னான். நல்ல வெயில். அந்த ஆள் அவனுடைய கடப்பாரையை அப்படியே விட்டுவிட்டு ஓடினான். அப்போது அந்தத் தெருவிற்கு ஒரு தந்திக்காரன் வந்து சாக்கடைக் குழாய் உடைந்த வீட்டுமுன் சைக்கிளை நிறுத்தினான். வீட்டு முன்கதவைத் தட்டி, “சார், டெலகிராம்,” என்றான். அந்த வீட்டு அம்மாள் கதவைத் திறந்தாள். “தந்தியா,” என்று கேட்டாள். “ஆமாம்” என்று தந்திக்காரன் சொல்ல, அவள் தந்தியை வாங்கிக்கொண்டாள். தந்தி வாங்கியதற்காகக் கையெழுத்துப் போட உள்ளே சென்றுவிட்டு வந்தாள். தந்தியில் கலவரப்படும்படியான தகவல் ஒன்றும் இல்லை. அந்த அம்மாள் தன் வீட்டு எதிரில் கடப்பாரை, மண்வெட்டி வைத்துக்கொண்டு நான்குபேர் நிற்பதைப் பார்த்துத் தெருவிற்கு இறங்கி வந்தாள். அந்தப் பள்ளத்தில் சாக்கடைத் தண்ணீர் சிறு குட்டையாகச் சேர்ந்திருந்தது. “தண்ணிக் குழாயா இப்படி நாறறது?” என்று கேட்டாள்.

“ஆ . . . கொஞ்சம் நாத்தம் வரும்,” என்று மேஸ்திரி சொன்னான்.

“இப்போ குழாயை எடுத்து கிளீன் பண்ணிப் போட்டா தண்ணி வந்துடுமா?” என்று அந்த அம்மாள் கேட்டாள்.

“மெயின்லே தண்ணி வந்தா இங்கே தண்ணி வரும்மா. ஏரியிலேயே தண்ணி இல்லையே.”

“ஏதோ தண்ணி வரும்படி பண்ணினா உங்களுக்கு ரொம்பப் புண்ணியம்பா.”

அப்போது சாக்கடைக் குழாயை உடைத்த ஆள் ஒரு பழைய தினசரித் தாளில் கையளவு சிமெண்ட் கொண்டு வந்தான். மேஸ்திரி அதை வாங்கி வைத்துக்கொண்டு, “டேய் சீக்கிரம் இந்தத் தண்ணியை இறையுங்கடா,” என்றான். அந்த ஆட்கள் முகத்தில் அருவருப்புத் தெரியப் பள்ளத்தையே ஒரு ஓரமாகப் பெரிது

செய்தார்கள். சாக்கடைத் தண்ணீர் அங்கே பாய்ந்து சென்று தேங்கியது. மேஸ்திரி, அந்த அம்மாள் உள்ளே போய்விடுவாள் என்று எதிர்பார்த்த மாதிரி நின்றான். ஆனால் அந்த அம்மாள் அங்கேயே நின்றபடி இருந்தாள். மேஸ்திரி பள்ளத்தில் இறங்கி மண்ணை ஓரிடத்தில் விலக்கினான். தெருத் தண்ணீர் மெயின் குழாயைத் தொட்ட வண்ணமே. அந்த வீட்டிலிருந்து சாக்கடைக் குழாய், தெருவின் மறு ஓரத்தை நோக்கிப்போடப்பட்டிருந்தது. கடப்பாரை பட்ட இடத்தில் ஒரு அடி நீளத்திற்கும் மேலாக அந்தக் குழாய் நொறுங்கிப்போயிருந்தது.

"ஏண்டா, சாக்கடைக் குழாயை உடைச்சுட்டயாடா. பாவி" என்று அந்த வீட்டம்மாள் கேட்டாள்.

"சும்மா லொள்ளி பண்ணிக்கிட்டிருக்காதேம்மா. எங்களுக்குத் தெரியாது?" என்று மேஸ்திரி சொன்னான்.

"இதைப் பாருங்க" என்று அந்த அம்மாள் வீட்டுக்குள் பரபரப்புடன் சென்றாள். கையோடு தன் கணவரை அழைத்து வந்தாள். அவர் அந்தக் கோடை காலத்திலும் தொளதொளவென்று ஒரு கம்பளி பனியன் போட்டுக்கொண்டு தலைமுகமெல்லாம் ஒரே நரை மயிராகத் தெரிந்தார்.

"இப்படிச் சாக்கடையைப் போட்டு உடைசசுடடாஙக பாருங்கோ," என்று அந்த அம்மாள் அவரிடம் சொன்னாள். அவருக்குப் பள்ளத்தை எட்டிப் பார்த்ததும் நிறைய சக்தி வந்தது. "அட ராமச்சந்திரா! பைப்பையே மாத்தியாகணுமே!" என்றார்.

"நம்ம வீட்டிலே ஒரு பைப் இருந்தா கொடுங்க இதோ இப்பவே மாத்திடச் சொல்லறேன்," என்று மேஸ்திரி சொன்னான்.

"இது பிளம்பர் இல்லாம சரியாப் பண்ண முடியாதே பைப்புக்கு எங்கே போறது?"

"அப்ப நாங்க இதோ ஒரு கல்லை வைச்சு சிமிட்டிப் போட்டு மூடித்தறோம்" என்று மேஸ்திரி சொன்னான்.

அவன் சொல்லிக்கொண்டிருக்கும்போது சாக்கடை உடைப்பிலிருந்து தண்ணீர் பொங்கிக்கொண்டு வந்தது, "மூடுப்பா, மூடுப்பா," என்று வீட்டுக்காரக் கிழவர் சொன்னார்.

மேஸ்திரிக்கு இப்போது தீர்மானமாகச் சொல்ல முடிந்தது. "நான் இப்ப ஏதோ போட்டு மூடிட முடியும். சாமி, ஆனா அப்புறம் உங்களுக்குத்தான் ரொம்ப டிரபிளாப் போயிடும் தினம் அடைச்சிக்கும்."

"நீதானேடா உடைச்சே?"

"ஏதோ வேலை மேலே தவறு ஆயிடறதுதான் சாமி. இதை நீங்க ரிப்போர்ட் பண்ணினாக்கூட உங்களைத்தான் பைப்போடச் சொல்லுவாங்க."

"நீ கண்டபடி தோண்டி உடைச்சா நாங்களாடா நஷ்டப் படறது?"

"வேண்டாம். இப்படியே மூடிட்டுப் போறோம்."

"போக்கிரிப் பசங்களா, கயவாளிப் பசங்களா—"

"இதோ பாரு, ஐயரே, ரொம்ப ரொம்பப் பேசிடாதே. ஏதோ வேலை மேலே மிஸ்டேக் ஆயிடறதுதான். உன் வீட்டுச் சாக்கடை உடைஞ்சா நீதான் வேறே பைப் போட்டுக்கணும். பைப் கொடு, போட்டுத் தாரேன்னு சொல்லறேன் . . . டேய், போங்கடா, எல்லாம் வேலையைப் பாருங்க." மேஸ்திரி தன் இரு ஆட்களுடன் பிரித்த தண்ணீர்க் குழாய்களை வெளியே எடுத்துப் போடப் போய்விட்டான். மற்ற இரு ஆட்கள் தொடர்ந்து பள்ளம் தோண்டத் தொடங்கினார்கள். அந்த அம்மாளும் அவள் கணவரும் அப்படியே நின்றார்கள்.

"இப்படி அயோக்கியத்தனம் பண்ணறாங்களே?" என்று அந்த அம்மாள் சொன்னாள்.

"இது காலம் அவுங்க காலம். ஆனா திண்டாடப் போறது நாம்பன்னா? இந்தப் பைப்பை முழுக்க உடைச்சுட்டானே படுபாவி?"

"அவன் மூடறபடி மூடட்டுமே!"

"அப்ப நம்ம வீட்டுக் கக்கூஸ் தண்ணி நம்ம வீட்டிலேயே சேர்ந்துத் தேங்கித் தேங்கிக் கிடக்கும். இதைச் சரி பண்ணணும்னா உடனே பண்ணணும்."

"என்ன பண்ணணும்றேள்?"

"இரண்டடிக்குப் புது பைப்பு வாங்கித்தான் போடணும்."

அந்த அம்மாள், "மேஸ்திரி!" என்று கூப்பிட்டாள். மேஸ்திரி வந்தான். அந்த அம்மாள் அவனைக் கேட்டாள்; "ஒரு பைப்புக்கு என்ன ஆகும்?"

மேஸ்திரி ஒருகணம் யோசித்தான். "என்ன, ஒரு ஏழெட்டு ரூபா ஆகும்," என்றான்.

"இரண்டு இரண்டரைக்கு மேலே போகாது" என்று கிழவர் சொன்னார்.

"அப்ப நீங்களே வாங்கிக் கொடுத்துடுங்க. நம்பளுக்கு என்னத்துக்கு வீண் தொல்லை?"

"ஒரு ஆளை அனுப்பு, வாங்கித் தரச் சொல்லறேன்"

"சீக்கிரம் வந்துடுமா?" என்று மேஸ்திரி கேட்டான்.

"எல்லாம் இந்தத் தெரு மூலைக்குப் போனா ஹார்டுவேர் கடை இருக்கு. உன் ஆளை வரச் சொல்லு," என்று கிழவர் சொன்னார்.

மேஸ்திரி நகர்ந்ததும், "உங்களாலே போயிட்டு வர முடியுமா?" என்று அம்மாள் தன் கணவரைக் கேட்டாள்.

"அந்த ஆளையே வாங்கிண்டு வரச் சொல்லி பில் கொண்டு வரச் சொன்னால் போறது," என்று அவர் சொன்னார்.

"வேண்டாம், நான் யாரையாவது கூடப் போயிட்டு வரச் சொல்லறேன்," என்று அந்த அம்மாள் சொல்லிவிட்டு வீட்டிற்குள் சென்றாள். அவள் பிள்ளைகள், பெண்கள் வர மாலையாகி விடும். வீட்டிலிருந்த மூன்று குடித்தனப் பகுதிகளில் இரண்டு காலியாகப் பூட்டிக் கிடந்தன. தண்ணீர் வந்தால் குடியும் வரும். அந்த அம்மாள் மாடிப்படி ஏறிச் சென்று கதவைத் தட்டினாள். அவள் இருமுறை தட்டிய பிறகு "யாரது?" என்று குரல் கேட்டது. "நான்தான்," என்று அந்த அம்மாள் சொன்னாள். அதன் பின்னர் உள்ளே பூட்டு திறக்கப்படும் சப்தம் கேட்டது. அதன் பின், தாழ்ப்பாள் விலக்கப்பட்டுக் கதவு திறக்கப்பட்டது. ஜமுனா, "என்ன வேணும்?" என்று கேட்டாள்.

"கொஞ்சம் கடைத்தெரு வரைக்கும் போயிட்டு வரயா? கூட ஆளை அனுப்பறேன். அர்ஜண்டா ஒரு சாமான் வாங்கிண்டு வரவேண்டியிருக்கு. வீட்டிலே வேறே யாருமே இல்லை," என்று அந்த அம்மாள் சொன்னாள்.

ஜமுனா வீட்டுக்கார அம்மாளைப் பார்த்து ஒன்றும் புரியாதவளாக, "என்ன" என்று கேட்டாள்.

"கொஞ்சம் இந்த ஆளோட கடைத்தெரு வரைக்கும் போயிட்டு வந்துடேன். சாக்கடைக் குழாயைப் போட்டு உடைச்சுட்டான். புதுசு வாங்கிண்டு வரணும்."

ஜமுனா எங்கோ பார்த்தவண்ணம் பதில் பேசாமல் நின்றாள். பிறகு தன் நினைவுக்கு வந்த மாதிரி, "இதெல்லாம் என்ன மாமி? உங்களுக்கே சரியாயிருக்கா. என்னைப் போய் இந்த மாதிரி வேலையெல்லாம் சொல்லறதுக்கு?" என்றாள்.

"இதுலே என்னடி தப்பு? என் பெண் பிள்ளை இப்போ வீட்டிலே இருந்தா போகமாட்டாளா? ஒரு சமயத்துக்குச் சொன்னா யாரும் ஒத்தாசை பண்ணுவா."

ஜமுனா சிறிது நேரம் பேசாமல் இருந்தாள். "சரி போயிட்டு வரேன்," என்று சொல்லி அப்போதும் கதவின் உட்புறம் தொங்கிக்கொண்டிருந்த பூட்டை எடுத்தாள். அப்போது வீட்டுக்கார அம்மாள் கேட்டாள். "என்ன இப்போ வீட்டிலே இருக்கிறப்பவே உள்ளே பூட்டிக்கிறே?"

ஜமுனா சிறிது குரல் கரகரத்து, "ஒண்ணு மில்லை, ஒண்ணுமில்லை," என்றாள்.

"முன்னெல்லாம் எப்பவும் இப்படி நீ பூட்டிண்டு இருந்ததே கிடையாதே?"

"ஆமாம், ஆமாம்... என்னவோ தோணித்து, பூட்டிண்டு இருந்தேன்... சாயா கூட இல்லை..."

ஜமுனா கதவை அடைத்த மாதிரி நிற்க வீட்டுக்கார அம்மாள் அறையின் உள்ளே போக விரும்பியவள் போல எதிரே நின்றாள். ஜமுனா

சொன்னாள், "கொஞ்சம் நகர்ந்துக் கோங்கோ, மாமி. கதவை இழுத்து மூடறேன்."

"சித்தே இரு," என்று சொல்லி அந்த அம்மாள் ஜமுனாவை உள்ளே தள்ளினாள். ஜமுனா அந்த அம்மாளை எதிர்த்து வெளியே தள்ளினாள். ஆனால் அவளுக்குச் சில வினாடிகளுக்கு மேல் திண்மையாக நிற்க முடியவில்லை. வீட்டுக்கார அம்மாள் அறைக்குள் நுழைந்துவிட்டாள். முதலில் அவளுக்கும் புதிதாக ஒன்றும் கண்ணுக்குத் தென்படவில்லை. ஒருவித ஏமாற்றத்துடன் திரும்பி வெளியே வரவிருந்தவள் புடவை உலர்த்தும் கொடிக்காகச் சுவரில் உயரத்தில் அடித்திருந்த பெரிய ஆணியைப் பார்த்தவுடன் அப்படியே நின்றாள். ஜமுனாவைப் பார்த்து, "அடிப் பாவி! என்னடீது?" என்றாள்.

ஜமுனா பதில் பேசாமல் நின்றாள்.

"இது என்னதுன்னேன்?" என்று அந்த அம்மாள் உரக்கக் கத்தினாள்.

அப்போது அங்கு காத்துக்கொண்டிருந்த ஆள், "என்னம்மா யாராவது வரீங்களா, இல்லே நான் என் வேலை மேலே போகட்டுமா?" என்றான்.

வீட்டுக்கார அம்மாள் அவனை லட்சியம் செய்யாமல் அங்கிருந்தபடியே தன் கணவரைக் கூப்பிட்டாள். "இதோ பாருங்கே இங்கே வாங்கோ உடனே!"

ஜமுனா, "ஏன் மாமி ரொம்பப் பெரிது பண்ணறேள்? அங்கே ஆள் காத்திண்டிருக்கான்."

"ஏண்டி, இது பெரிசு இல்லாமெ சின்ன விஷயமா? நீ என் வீட்டிலே தூக்குப் போட்டுண்டு செத்து ஒழிஞ்சு என்னைச் சந்தியிலே கட்டியிழுக்கணுமா? உங்களைத்தான், உங்களைத்தான், இங்கே வாங்கோளேன்!"

"வேண்டாம் மாமி. அவரை எல்லாம் எதுக்குக் கூப்பிடறேள்? நான் சீக்கிரம் போய் நீங்க என்ன வாங்கிண்டு வரச் சொல்றேளோ வாங்கிண்டு வந்துடறேன்."

"நீ வாம்மா இறங்கி, நாங்க வேலைக்குப் போக வேண்டாம்!" என்று அந்த ஆள் அவசரப்படுத்தினான். ஜமுனா கதவை இழுத்துப் பூட்டினாள். வீட்டுக்கார அம்மாள் அந்த நேரத்தின் நெருக்கடிக்கு இடம் கொடுத்தவளாக வெறுமனேயிருந்தாள். அரைமணியில் ஜமுனா அந்த ஆள் பின்தொடரக் கடையிலிருந்து திரும்பி வந்துவிட்டாள். ஒரு புது நான்கங்குலச் சாக்கடைக்

குழாய் வாங்கியாயிற்று வீட்டுக்கார அம்மாள் அதில் அக்கறை காட்டாமல் இருந்தாள். மேஸ்திரியும் ஆட்களும் அவர்கள் உடைத்த பகுதியைப் புதுக்குழாய் வைத்துச் செப்பனிடுவதில் முனைந்தார்கள். ஜமுனா மாடிப்படி ஏறித் தன் அறையைத் திறந்தாள். பின்னாலேயே வீட்டுக்கார அம்மாளும் தொடர்ந்து வந்தாள். ஜமுனா வீட்டுக்கார அம்மாளின் கண்களைத் தவிர்த்த வண்ணமேயிருந்தாள். வீட்டுக்கார அம்மாள் சொன்னாள். "அந்தக் கயத்தை அவு."

ஜமுனா சுவரோரமாகத் தயாராகப் போடப்பட்டிருந்த நாற்காலி மீது ஏறி அந்த ஆணியிலிருந்து கயிற்றை அவிழ்த்தாள். நான்கைந்து மாதங்கள் முன்பு அந்த ஆணியும் கயிறும் அவள் கனத்தைத் தாங்கும் என்று நம்பி அவள் அந்த நாற்காலி மீது ஏறிக் குதித்திருக்க முடியாது. ஆனால் இப்போது அக்கயிறு போதும்.

"இங்கே என் கையிலே கொடு," என்று வீட்டுக்கார அம்மாள் சொன்னாள்.

இன்னும் சுருக்கு பிரிக்கப்படாமலிருக்க, அக்கயிற்றை ஜமுனா அந்த அம்மாளிடம் ஒப்படைத்தாள்.

"போ வெளியே!" என்று அந்த அம்மாள் சொன்னாள்.

"என்ன மாமி சொல்றேள்? நான் எங்கே போக முடியும்?"

"இப்ப எங்கே போகறதுக்கு இருந்தே நீ? நானும் எவ்வளவோ விஷயங்களைப் பொருட்படுத்தாமேதான் இருந்தேன். இப்போ போலிஸையே வீட்டுக்குக் கொண்டு வரத்துக்குன்னாயிருந்தே? இனிமே ஒரு நிமிஷம் இந்த வீட்டிலே நீ இருக்கக் கூடாது."

ஜமுனா இப்போது நிமிர்ந்து அந்த அம்மாளை எதிர்நோக்கி நின்றாள்.

"ஒரு நிமிஷம்னா ஒரு நிமிஷம் இருக்கக் கூடாது."

ஜமுனா பதில் தந்தது அவளுக்கே வியப்பாக இருந்தது. "உங்களுக்கு வாடகையெல்லாம் ஒழுங்காகக் கொடுத்திருக்கு. சும்மா போன்னா, யாராலும் போயிட முடியாது."

"நீ வாடகையும் தரவேண்டாம், நீ இங்கே இருக்கவும் வேண்டாம், தூக்கு நாக்குப் போட்டுண்டு என் வீட்டுக்கு அபவாதம் கொண்டும் வரவேண்டாம்."

"ஒரு அபவாதமும் வந்துடலை, ஒண்ணும் நடந்துடலை."

"எவ்வளவோ நடந்திருக்கு. ஆனா இது எல்லாத்தையும் தூக்கியடிச்சுடுத்து, மாமாகிட்டேயோ என் பிள்ளை பெண்கள் கிட்டேயோ இது தெரிஞ்சா அப்புறம் என்னாகும்னு நான் பொறுப்பில்லை. மரியாதையா வீட்டைக் காலி பண்ணிடு. மத்தவா எல்லாரும் தண்ணியில்லே அதுயில்லேன்னு காலி பண்ணின மாதிரி நீயும் போனேன்னு வைச்சுக்கிறேன்." ஜமுனா அந்த அம்மாளுக்குப் பதில் ஒன்றும் சொல்லாமல் கீழே சிதறிக் கிடந்த துணிமணிகளை எடுத்து மடித்து வைக்க ஆரம்பித்தாள்.

"உன் தங்கை சொல்லாம கொள்ளாம போனப்பவே ஏதோ விஷயம் முத்திப்போயிடுத்துன்னு தெரிஞ்சுது எனக்கு, உன்னை கண்காணிச்சிண்டு வயித்திலே நெருப்பைக் கட்டிண்டிருக்க முடியாது. அம்மா தாயே, நல்லபடியா இந்த வீட்டை விட்டுப் போயிடு. தனியாயிருக்கிற பொண்ணு தூக்குப் போட்டுண்டு செத்த வீடுன்னு எனக்குப் பேர் வேண்டாம்."

"இப்ப என்ன ஆயிடுத்து மாமி . . ."

"என்ன ஆயிடுத்தா? என்ன ஆகறத்துக்கு இருந்தது ஒரு நிமிஷம் தாண்டியிருந்தா? இதோ பார். நான் உன்னை ஒண்ணும் எந்தக் கேள்வியும் கேட்கலை. தயவு செய்து இன்னிக்கே வீட்டைக் காலி பண்ணிடு. நீ தனியா இருக்கவே போயக்கில்லை."

"நான் தனியாயிருக்கக் கூடாதுன்னு சொல்றேள்; அதானே?"

"கூட யாராவது இருந்தா மட்டும் உன்னை எப்படி நம்பறது? ஒரு பொண்ணுக்கு எப்ப இப்படிப் புத்தி போறதோ அப்ப வேறே வழியேயில்லை."

"நம்ப ஒரு நிமிஷம் மாதிரி இன்னொரு நிமிஷம் இருக்கோமா, மாமி?"

"எனக்கு அதெல்லாம் தெரியாது. இனிமே ஒரு நிமிஷம் நீ இங்கே இருக்கக் கூடாது."

"நான் போகமாட்டேன்னா?"

வீட்டுக்கார அம்மாள் ஜமுனாவை ஏற இறங்கப் பார்த்தாள். "நான் உனக்கு என்னடீயம்மா குத்தம் செஞ்சேன்? என்னை ஏன் தவிக்க வைக்கறே, கஷ்டப்படுத்தறே?" என்றாள்.

"இப்படியே இப்பவே வெளியிலே போன்னா எனக்கு மட்டும் கஷ்டம் இல்லையா?"

"நீயே நினைச்சுப் பாரு. என் நிலையிலே உன்னை நான் எப்படி இருக்க விடறது. நீ இப்படியெல்லாம் பண்ணுவேன்னு

தெரிஞ்சிருந்தா நீ அப்ப வந்து கேட்டப்பவே இங்கே இடம் காலியில்லேன்னு சொல்லிருப்பேன்.”

“என்னை என்ன பண்ணச் சொல்றேள்?”

“வீட்டைக் காலி பண்ணிடு. இல்லேன்னா பெரியவாளா யாராவது உன் கூட இருக்கச் சொல்லு. நீ எங்கேயாவது கண்காணாத இடத்திலே என்ன வேணும்னாப் பண்ணிக்கோ. ஆனா என் வீட்டிலே ஏடாகுடம் பண்ணிடாதே. எனக்கு உன்னை இங்கே தனியே விடறதுக்கு பயமாயிருக்கு, நீ தனியா இருக்கிறத்துக்கே லாயக்கில்லாதவ.”

நான்கு நாற்பத்தைந்துக்குக் கடகடவென்று தண்ணீர் லாரி அந்தத் தெருவுக்குள் புகுந்தது. அதன் பிரயாணம் எல்லா நாட்களையும் போல இல்லை. தெருவில் பாதிக்கு மேல் அடைத்துக்கொண்டிருந்த நீண்ட மண் குவியலையும் ஆட்களையும் தவிர்த்துப் போவது அவ்வளவு எளிதில் முடியவில்லை. எதிரே வந்த ஒரு ஆட்டோ ரிக்ஷாவுக்காக லாரி சிறிது இடப்புறம் ஒடித்தபோது அதன் முன்சக்கரம் மண் மேட்டு மீது ஏறி தண்ணீர்க் குழாய்ப் பள்ளத்தின் விளிம்பைத் தொட்டபடி சில கஜதூரம் செல்ல நேர்ந்தபோது லாரி மீதிருந்த ஆட்கள் எல்லாரும் 'ஓவ் ஓவ்' என்றார்கள். நல்லவேளைக்குச் சக்கரம் பள்ளத்தில் இறங்கவில்லை. தெருவில் தண்ணீர் டாங்கி அமைந்திருந்த இடத்தையொட்டியபடி நிற்க முடியாமல் லாரி இப்போது தெருவின் பாதையை முழுக்க அடைத்துக்கொண்டு நின்றது. லாரி டிரைவர் வண்டியை ஏகமாகப் புகைவிடச் செய்த பிறகு இஞ்சினை நிறுத்தினான்.

லாரியின் சப்தம் தெருவில் கேட்டவுடனேயே ஒவ்வொரு வீட்டிலிருந்தும், ஆண்கள், பெண்கள், பெரியவர், சின்னவர், பள்ளிக்கூட வாத்தியார், பதிவுபெற்ற அதிகாரி, பழக்கடைச் சொந்தக்காரர் எல்லாரும் ஆளுக்கொரு தவலை, டிரம், பக்கெட் முதலியன எடுத்துக்கொண்டு லாரியைச் சூழ்ந்து கொண்டே லாரியுடன் நகர்ந்தாள். தெரு தண்ணீர் டாங்கியின் குழாய் முன்னால் குழந்தைகள், பெரியவர்கள் பித்தளைப் பாத்திரங்கள், பிளாஸ்டிக் பக்கெட்டுகள், தகரடப்பா, கல் முதலியவற்றால் கணப்பொழுதில் நீள க்யூவரிசை உற்பத்தி யாயிற்று. குழி தோண்டிப் போடப்பட்டிருந்த மண் பாத்திரங்களை நிறுத்தி வைப்பதற்கும் மனிதர்கள் நிற்பதற்கும் விசேஷ கவனம் எடுத்துக் கொள்ள

வைத்தது. க்யூ உருவாகிக்கொண்டிருந்த நேரத்தில் லாரியைச் சுற்றியும் கும்பல் சேர்ந்தது. வயது, இனம், உருவம், பால் எதையும் பொருட்படுத்தாது கையில் பெரிய, கனத்த பாத்திரங்களைச் சுமந்துகொண்டு ஒருவரையொருவர் இடித்துத் தள்ளிக் கொண்டிருந்தார்கள். நிறைய வசதி பெற்று, வேலைக்காரர்கள் உள்ளவர்கள்கூட அவர்களே இந்த லாரியைத் துரத்தி வந்தார்கள். வேலைக்கிருப்பவர்கள் இவ்வளவு பிரயாசைப்பட்டுத் தண்ணீர் பிடித்து வருவார்கள் என்று எதிர்பாக்க முடியாது. லாரி டிரைவர் காரித் துப்பிவிட்டு ஒரு பீடியைப் பற்ற வைத்துக்கொண்டான். லாரியோடு வந்த உதவியாளர்களில் ஒருவன் ஒரு பெரிய ஹோஸ் பைப்பைத் தூக்கிக் கீழே போட்டான். அது லாரியைச் சூழ்ந்து நிற்பவர்கள் மீது விழுந்து அங்கிருந்து தரையில் வீழ்ந்து அதன் நுனிப்புறத்தில் நிறைய மண்ணையும் சாணத்தையும் பூசிக்கொண்டது. அந்த ஆள் அன்று விசேஷ பிரயத்தனங்கள் எடுத்துக்கொண்டு அந்த மலைப்பாம்பின் முழுநீளமும் இழுத்து அதன் நுனியைத் தெரு தண்ணீர் டாங்கியின் தலைமேல் இருந்த துவாரத்தில் நுழைந்தான்.

லாரியில் இருந்த இன்னொரு உதவியாளன் ஒரு சங்கிலி ஒன்றையிழுத்து லாரியில் பொருத்தப்பட்டிருந்த ஒரு தண்ணீர் பம்பை முடுக்கிவிட்டான். அது ஏகமாகப் புகைவிட்டுக் கொண்டு பட்பட்பட்டென்று இயங்க ஆரம்பித்தது. லாரியில் நிரம்பியிருந்த தண்ணீர் ஹோஸ் பைப் வழியாகத் தெரு தண்ணீர் டாங்கிக்குள் விழ ஆரம்பித்தது. லாரியிலிருந்த தண்ணீர் பம்பிலேயே ஒரு சிறு குழாய் மூலம் தண்ணீர் வெளிப்பட்டது. அதைப் பிடித்துக் கொள்வதற்கு லாரியைச் சூழ்ந்துகொண்டிருந்த கும்பல் ஒருவரையொருவர் அடித்துப் பிடித்துத் தள்ளிக்கொண்டிருந்தது. ஒரு சில நிமிடங்களுக்குள் தெரு தண்ணீர் டாங்கி நிரம்பி. மேலேயிருந்த ஒரு ஓட்டை வழியாகக் கொட்டியது. அதைப் பிடிப்பதற்கு இன்னொரு கும்பல் கையில் கிடைத்த பாத்திரங்களுடன் மோதிக்கொண்டு தள்ளிக்கொண்டிருந்தது.

லாரி டிரைவர் இருமுறை ஹாரனைப் பலமாக அடித்தான். அந்தத் தெருவிற்குப் பிரதிநிதியாகச் செயல்பட்ட ஒரு வீட்டுக்காரர் தெருக்காரர்களிடம் வாங்கிச் சேகரித்து வைத்த தொகையி லிருந்து மூன்று ரூபாயை அந்த லாரி டிரைவரிடம் அவன் தண்ணீர் கொண்டு வந்து கொட்டியதற்கு மாமூலமாக ஓடிவந்து கொடுத்தார். அதை வாங்கிக்கொண்டு டிரைவர் லாரியைக் கிளப்பினான். லாரி போன பிறகு, கூட்டம் ஒரு வழியாக க்யூவில் இணைந்துகொண்டு, அந்தத் தெருப் பிரதிநிதி ஒரு குடித்தனத்திற்கு பத்தொன்பது லிட்டர் தண்ணீராக பிரித்துத் தருவதற்காகக்

காத்திருந்தது. ஒரு சிலர் லாரியின் தண்ணீர் பம்பிடமும், தெரு தண்ணீர் டாங்கி நிரம்பி வழிந்ததையும் பிடித்துவைத்த பாத்திரங்களைப் பத்திரமாகத் தங்கள் வீடுகளுக்கு எடுத்துச் சென்றனர். அந்த இடத்தில் பாத்திரங்களில் பிடித்ததைவிடக் கீழே விழுந்து சேறாகிய தண்ணீர்தான் அதிகமாகயிருந்தது.

க்யூவில் ஒருவர் பின் ஒருவராகப் பத்தொன்பது லிட்டர் தண்ணீரை இரு பிளாஸ்டிக் பக்கெட்களிலோ அல்லது ஒரு பெரிய தவலையிலோ பிடித்துச் சென்றவண்ணம் இருந்தனர். ஒரு அம்மாள் ஜமுனாவைப் பார்த்து “ஏது இன்னிக்கு உன்னை இந்த பக்கம் காணோம்?” என்று கேட்டாள். கேட்டவள் சிறிதுக் கவனக் குறைவாகயிருந்ததில் பள்ளத்தில் கால் வைத்துச் சாய்ந்துவிட்டாள். அவளை யார் யாரோ பிடித்துத் தூக்கிவிட்டுக்கொண்டிருந்தார்கள். ஜமுனா அங்கே தங்காமல் நேராகப் போனாள். ஒரு வீட்டு வாசல் முன்னால் விளையாடிக்கொண்டிருந்த பையன்களைப் பார்த்து, “டீச்சரம்மா வந்துட்டாங்களா?” என்று கேட்டாள்.

ஒரு பையன், “எங்களுக்கு டீச்சரம்மாவையெல்லாம் தெரியாது, டீச்சரய்யாவைத்தான் தெரியும்,” என்று சொன்னான்.

ஜமுனா தயக்கத்துடனேயே அந்த வீட்டு வாசல்படி தாண்டி ரேழியைக் கடந்து சென்றாள்.

டீச்சரம்மாவின் அறையில் அப்போதே விளக்குப் போட்டிருந்தது. ஜமுனா வேறு யாரையோ பார்க்க வந்திருப்பவள் போல அந்த அறையைச் சிறிது தூரத்திலிருந்தபடியே இருமுறை தாண்டிச் சென்றாள். டீச்சரம்மாவின் கணவர் உள்ளே சாய்வு நாற்காலியில் உட்கார்ந்துகொண்டு எதையோ படித்துக்கொண்டிருந்தார். அந்த அறையின் பெரும் பகுதி நிழற்படிந்ததாகயிருந்தபடியால் டீச்சரம்மாவின் மாமியார் சுருண்டு படுத்திருப்பது கண்ணில் தெரியவில்லை. ஜமுனா வெளியே போய்விட நினைத்த சமயத்தில் டீச்சரம்மா அப்போதுதான் பள்ளிக்கூடத்திலிருந்து வீட்டிற்கு வந்து சேர்ந்திருந்தாள். ஜமுனாவைப் பார்த்து, “தண்ணி பிடிக்கக் கூப்பிடவந்தயா?” என்று கேட்டாள்.

“இல்லேக்கா உங்களைப் பார்க்கணும்னுதான் இரண்டு மணி நேரமாக காத்துண்டிருக்கேன்,” என்று ஜமுனா சொன்னாள்.

“சித்தேயிரு” என்று சொல்லிவிட்டு டீச்சரம்மா தன் அறைக்குச் சென்றாள். புத்தகங்களை ஒரு மூலையில் வைத்து விட்டு அவள் கணவரிடம் ஏதோ கேட்டாள். அவர் ஒரு வார்த்தையில் ஏதோ பதில் சொல்லிவிட்டு இரும ஆரம்பித்தார். ஜமுனாவால் அப்போது டீச்சரம்மாவின் மாமியார் எழுந்து

உட்காருவதைப் பார்க்க முடிந்தது. ஜமுனா உடனே ஒரு புறமாக ஒதுங்கிக்கொண்டாள். டீச்சரம்மா ஒரு எவர் சில்வர் டபராவை எடுத்துக்கொண்டு ஜமுனாவிடம் வந்தாள். "வா, முதலிலே பால் வாங்கிண்டு வந்துடலாம்," என்றாள்.

"ஒரு நிமிஷம் பேசிட்டுப் போகக்கூடாதா?" என்று ஜமுனா கேட்டாள்.

டீச்சரம்மா, "இன்னிக்கு என் செல்லக்கண்ணுக்கு என்ன வந்தது?" என்று ஜமுனாவின் முகவாய்க்கட்டையைப் பிடித்துத் தூக்கினாள். பிறகு, "வா போயிண்டே பேசிக்கலாம். பால்க்காரன் கடையைக் கட்டிண்டு சினிமாவுக்குப் போயிடுவான். இங்கே ஒரு நாள்கூட அவன் வந்து கூப்பிடறப்போ போய் இந்த ஆழாக்குப் பாலை வாங்கி வைக்கறதுக்கு யாராலும் முடியலை," என்றாள்.

ஜமுனா டீச்சரம்மா கூட நடந்து போனாள். டீச்சரம்மா சொல்லிக்கொண்டே போனாள், "நான் வந்தவ இன்னும் ஒண்ணுக்கு ரெண்டுக்குக்கூடப் போக முடியவில்லை. உடனே பாத்திரத்தைத் தூக்கிண்டு பாலுக்கு ஓட வேண்டியாச்சு. அதுக்கப்புறம் தண்ணீ. அதுக்கப்புறம் கறிகாய், மளிகை சாமான், அதுக்கப்புறம் அம்பத்திரண்டு காம்பொசிஷன் நோட்புக்கைத் திருத்தணும். அதுக்குள்ளே மருந்து ஏதாவது தீர்ந்து போயிருந்தா அதைப் போய் வாங்கிண்டு வந்திடணும். அப்புறம் அந்தக் கிழக்கோட்டானுக்குப் பலகாரம் பண்ணி வைக்கணும். லாண்டிரிக்குப் போய்த் துணியை வாங்கி வரணும். பெட்டானை பினாயில் போட்டுக் கழுவி வைக்கணும். நாளைக்கு இன்ஸ்பெக்ஷனுக்கு நோட்ஸ் ஆஃப் லெஸ்ஸன்ஸை சரிபார்த்து வைக்கணும் . . ."

ஜமுனா, "அக்கா," என்றாள். "என்ன ஜமுனா?" என்று டீச்சரம்மா கேட்டாள்.

ஜமுனா மீண்டும், "அக்கா," என்றாள்.

டீச்சரம்மாவும் அப்படியே நின்றுவிட்டாள். அவளும் மீண்டும், "என்ன ஜமுனா?" என்று கேட்டாள்.

ஜமுனா, "அக்கா," என்றாள். அப்புறம் ஒன்றும் பேச முடியாதவளாக அந்த நடுத்தெருவிலேயே டீச்சரம்மா மீது சாய்ந்துகொண்டு அழ ஆரம்பித்தாள்.

ஒரு நிமிஷம் டீச்சரம்மா ஒன்றும் பேசாமல் ஜமுனாவை முதுகில் தடவிக்கொடுத்தபடியிருந்தாள். பிறகு "முதல்லே பாலை வாங்கிண்டு வந்துடலாம்," என்றாள்.

ஜமுனா மூக்கை உறிஞ்சிக்கொண்டு கண்களைத் துடைத்துக்கொண்டாள். டீச்சரம்மா ஒன்றுமே நிகழாத மாதிரி முகத்தை வைத்துக்கொண்டு சென்றுகொண்டிருந்தாள். முன்பு பேசிக்கொண்டே வந்தவள் இப்போது பேசவில்லை. ஆனால் முகம் முன்பிருந்த மாதிரியேயிருந்தது.

தெருவில் நடமாட்டம் நிறைய இருந்தது. அந்தத் தெருவிற்கு அடுத்த சாலையில் பொருத்தப்பட்ட ஐந்து குழாய்க் கிணறுகளில் இரண்டில் தண்ணீர் வந்தது. அங்கிருந்து அரை மைல் முக்கால் மைலுக்கப்பால் வீடுள்ளவர்கள்கூட அங்கு வந்து நீண்ட பிடியுடைய அந்தப் பம்பை அடித்துத் தண்ணீர் எடுத்துச் சென்றுகொண்டிருந்தார்கள். கசப்பு மணத்துடன் தண்ணீர் வந்தது. ஒன்றடுத்து ஒன்றாகக் கைவண்டிக்காரர்கள். தங்கள் வண்டிகளில் பலமான கயிறு கொண்டு கட்டப் பட்ட பெரிய பீப்பாய்களை, பம்பிலிருந்து வேறு சிறு பாத்திரத்தில் தண்ணீர் அடித்து நிரப்பிக் கொண்டு போக நின்றிருந்தார்கள். பாத்திரங்கள் கழுவின தண்ணீரும், ததும்பி நிரம்பி வழிந்த தண்ணீருமாகக் கீழே பெரிய சகதியாக இருந்தது. செருப்பு அணிந்துகொண்டு வந்தவர்கள் முதலில் தயங்கினார்கள். பிறகு காலும் செருப்பும் சேறாவதைப் பொருட்படுத்தாமல் பம்பை அணுகி அவர்கள் முறைக்காகக் காத்திருந்து சேற்றிலேயே அவர்கள் பாத்திரங்களைப் பொருத்தி வைத்து

நெடியடிக்கும் தண்ணீரை எடுத்துக்கொண்டு சென்றார்கள். பால்காரன் வீடு, ஒரு குழாய்க் கிணற்றுப் பம்புக்குப் பக்கத்தில் இருந்தது. வரிசையாக வீடுகள் இருந்த அந்தச் சாலையில் அந்த இடம், கட்டிடம் ஒன்றும் கட்டப்படாமல் திறந்த வெளியாயிருந்தது. சிறிது உள் தள்ளி மட்டும் சிறிய ஆனால் உறுதியாகப் போட்ட கீற்று வீடு இருந்தது. வீடு விளக்கேற்றப்படாமல் இருட்டாக இருந்தது. ஜமுனா சாலையோரமாக நிற்க, டீச்சரம்மா எருமை, பசு மாடுகளையும் கன்றுக் குட்டிகளையும் தாண்டிக்கொண்டு அந்த வீட்டுக்கு முன் சென்று குரல் கொடுத்தாள். இரு நிமிஷங்களில் பாலை வாங்கிக்கொண்டு ஜமுனாவிடம் வந்தாள். "வா போகலாம்," என்றாள்.

இப்போது யாருக்கும் எதுவுமே சொல்லியாக வேண்டும் என்ற நிர்ப்பந்தம் இல்லாததுபோல இருந்தது. டீச்சரம்மா வீடுதான் முதலில் வந்தது. ஜமுனா, "நான் போறேன்," என்றாள். டீச்சரம்மா "எங்கே?" என்று கேட்டாள்.

"ஏன், வீட்டுக்குத்தான்."

ஜமுனாவின் முகத்தை மாலை இருட்டிலும் டீச்சரம்மா உற்றுப் பார்த்தாள். "நான் உன்கூட இப்போ இல்லேன்னா நீ வீட்டுக்குப் போக மாட்டேன்னு தெரியும். ஒரு நிமிஷம் இரு. இந்தப் பாலைப் பட்டுவாடா பண்ணிவிட்டு வந்துடறேன்," என்றாள். பிறகு "நீயும் உள்ளே வாயேன், காபி குடிச்சிட்டுப் போகலாம்," என்றாள்.

ஜமுனா ஒரு கணத்தில் தன் மூளை இயக்கத்தின் முழு வேகத்தையும் பெற்றவளாக, "வேண்டாம்," என்றாள். டீச்சரம்மா உள்ளே போனதும் வேண்டுமென்றே டீச்சரம்மா இந்தக் காபி விஷயத்தை நினைவுபடுத்தினாளோ என்று ஜமுனாவுக்குத் தோன்றிற்று.

தெருவில் தண்ணீருக்குப் போய் வருபவர்கள் ஏதோ ஊர்வலம் செல்வதுபோல்தான் போய்க்கொண்டிருந்தார்கள். ஒரு குறிப்பிட்ட சமயத்தில் இவ்வளவு பேருக்கும் எப்படியோ தண்ணீர் கிடைத்துத்தான் அவர்கள் குடித்தனம் நடத்தினார்கள். இந்த வறட்சி காலத்தில்தான் எல்லாரும் ஏராளமான அளவுக்குத் தண்ணீரைப் பயன்படுத்துகிறார்கள் போலத் தோன்றிற்று. அப்படி இல்லாமல் மற்ற நாட்களில் தண்ணீர், உணர்ந்து, சிந்தித்து, செயல்பட வேண்டிய பொருளாக இல்லாமல் இருந்ததினாலேயே அந்த நாட்களில் இப்போதைப்போல எவ்வளவோ மடங்கு தண்ணீரை உபயோகித்திருக்கக்கூடும் என்றும் தோன்றிற்று.

ஜமுனா தன்னைப்பற்றிய சிந்தனையில்லாமல் தெருவைப் பார்த்துக்கொண்டு நின்றிருந்தாள். ஒரு தெலுங்குப் பிராமண விதவை – சிவப்புப் புடவை கட்டியிருந்தாள்—நல்ல கிழவி. இடுப்பில் பெரிய தவலையொன்றைத் தூக்கிக்கொண்டு தெருவில் திரும்பினாள். அந்தக் கிழவி அந்தத் தண்ணீரை தனக்காகவென்றுதான் சுமந்து வந்துகொண்டிருப்பாள். அந்தத் தெருவை அடையும்முன்பே எவ்வளவு தூரமாகச் சுமந்துகொண் டிருந்தாளோ தெரியாது. ஜமுனா கண்ணில்பட்டவுடன் பத்தடிகூட அவள் அத்தண்ணீர்த் தவலையைச் சுமக்கத் தேவையில்லாமல் போய்விட்டது. ஓரிடத்தில் நின்றாள். அவள் அப்படியே அசைவது போலிருந்தது. பிறகு தவலையைக் கீழே போட்டுக்கொண்டு விழுந்துவிட்டாள். ஜமுனா ஓடிப்போய் தவலையை எடுக்கப்போனாள், அக்கிழவி, “அதைத் தொடாதே! அதைத் தொடாதே!” என்றாள். ஜமுனா கிழவியைப் பிடித்து உட்கார வைத்தாள். அவள் ஜமுனாவின் பிடியிலேயே நிலை யில்லாமல் சாய்ந்து சாய்ந்துகொண்டிருந்தாள். அப்படியிருந்தும் ஒரு கையால் கவிழ்ந்து, நசுங்கி, புழுதித் தண்ணீரில் கிடந்த தவலையை எட்டிப் பிடிக்கப் பார்த்தாள். ஜமுனா கிழவியைப் பலமாகப் பிடித்துக்கொண்டாள். அதற்குள் இன்னும் நான்கைந்து பேர் வந்துவிட்டார்கள். கிழவி ஒரு மாதிரியாகத் தன்னை நிலைப்படுத்திக்கொண்டாள். அவளாகவே கீழே விழுந்து சாய்ந்திருந்த தவலையை நிமிர்த்தி வைப்பதற்குள் யாரோ அவளை முந்திக்கொண்டு அத்தவலையைத் தொட்டு நிமிர்த்தி வைத்தார்கள். கிழவிக்கு மீண்டும் உடல் நிலையற்ற தன்மை வந்தது. சுற்றியுள்ளவர்கள் அனுதாபத்தோடு அவளைக் கேள்வி கேட்டு விசாரித்துத் தூக்கி நிறுத்த முயன்றபோது கிழவி அழக்கூடச் செய்தாள். நிற்க முடியாமல் நின்றுகொண்டு தவலையைத் தூக்கிக்கொண்டாள். அதில் இன்னமும் இருந்த அரைத் தவலைத் தண்ணீரைக் கீழே கொட்டினாள். ஜமுனாவின் பிடியையும் இன்னும் யார் யாருடைய பிடியையும் உதறிவிட்டு அவளாகவே தட்டுத் தடுமாறி மேற்கொண்டு போகலானாள். அவளுடைய கால் விரல்களின் மீதே தவலை அப்படியே தண்ணீருடன் விழுந்திருக்க வேண்டும். நூல் பிடிப்பது தெரியாமல் போகக்கூடும் அந்த வேளையில் கிழவியின் கிழ ரத்தம் தெருவில் சிந்தியிருப்பது மட்டும் தெரிந்தது.

டீச்சரம்மா உள்ளேயிருந்து வந்து, “என்ன நடந்தது?” என்றாள்.

“ஒரு பாட்டி தண்ணித் தவலையோடு கீழே விழுந்துட்டாள்.” என்று ஜமுனா சொன்னாள்.

டீச்சரம்மா "அப்படியா?" என்றாள். தன் வார்த்தைகள் ஒரு நிகழ்ச்சியின் பயங்கரத்தைச் சிறிதளவுகூடப் பிரதிபலிக்காது என்று ஜமுனாவிற்குத் தோன்றியது.

"வா, உன்னை வீட்டிலே விட்டுவிட்டு வரேன்," என்று டீச்சரம்மா சொன்னாள்.

மறுசிந்தனையில்லாமல் அவளைப் பின்தொடர்ந்து ஜமுனா போனாள். ஆனால் அவள் வீடு வருவதற்குப் பத்தடியிருக்கும் போது, "அக்கா, என்னாலே அங்கே போக முடியாது," என்றாள்.

"ஏன்?" என்று டீச்சரம்மா கேட்டாள்.

ஜமுனா ஒரு கணம் பதில் சொல்லாமல் நின்றாள். பிறகு கேட்ட கேள்விக்குப் பதில் சொல்லியே பழக்கமாகிப் போய்விட்ட தன்மையின் உந்தலால் வாய் திறந்தாள். தெருத் தண்ணீர்ப் பம்புச் சேறு, கிழவி தவலையைக் கீழே போட்டுவிட்டு ஏற்படுத்திய சேறு, 'காபி சாப்பிட்டுப் போயேன்.' ரத்தம், கிழ ரத்தம், தரையில் விழும் ரத்தத்தில் கிழ ரத்தம் இள ரத்தம் என்று கிடையாது. அவள் இளமையுள்ளவள். அவள் இளமையுள்ளவளா, அவளுக்கு என்ன வயது, இருபத்தெட்டு, எவ்வளவு ரத்தம் சிந்தியிருப்பாள், ஒரு தவலையளவு இருக்கும். அந்தக் கிழவியின் தவலையளவு ரத்தம் இருக்கும். கிழவி தன்னிச்சையாக அரைத் தவலைத் தண்ணீரைக் கீழே கொட்டினாள், கிழவிக்குள்ள தன்னிச்சை அவளுக்குக் கிடையாது. கிழவிக்குள்ள ஆசாரம் அவளுக்குக் கிடையாது, அவளும் தெலுங்கச்சி, அவளும் ஒருவிதத்தில் அக்கிழவியைப் போலப் பிராமணத்தி, அவள் எவ்வளவோ ரத்தம் சிந்தியாயிற்று, கொட்டித் தீர்த்தாயிற்று, எல்லா வற்றையும் தீர்த்துவிடத்தான் இன்று பார்த்தது. அது முடியவில்லை, கிழவி தவலையைக் கவிழ்த்தது தன்மானத்தின் அடையாளம், சேறு, சகதி, 'போ வீட்டை விட்டு வெளியே.' "இந்த ஆளுடன் கொஞ்சம் கடைத்தெருவுக்குப் போய்விட்டு வா," "பால் வாங்கலாமா," "கொஞ்சம் காபி சாப்பிட்டுவிட்டுப் போயேன்," ஜமுனாவுக்குக் காலம் பின்னுக்குப் போய்க்கொண்டிருப்பதுதான் தெரிந்தது. "அக்கா," என்றாள்.

"சீ, நடுத் தெருவிலே மறுபடியும் அழ உக்காராதே. வா வீட்டுக்கு," என்று டீச்சரம்மா சொன்னாள். ஜமுனாவின் கையைப் பிடித்துக்கொண்டு ஜமுனாவின் அறைக்கு இழுத்துப் போனாள். ஜமுனாவுக்குக் கண்ணீரெல்லாம் அந்தக் கணத்தில் வற்றிப்போய்விட்டது. டீச்சரம்மாகூட மறுபடியும் என்று சொல்லிவிட்டாள்.

இருவரும் மாடிப்படி ஏறினார்கள். ஜமுனா தன் இடுப்பில் சொருகிக்கொண்டிருந்த சாவி வளையத்தை எடுத்துக் கதவுப் பூட்டைத் திறந்து இரு கதவுகளையும் உள்ளே தள்ளினாள். வேறு ஒரு வீட்டில் ஏற்றப்பட்டிருந்த டியூப் விளக்கின் வெளிச்சம் ஜமுனாவின் அறையில் திறந்த ஜன்னல் ஒன்றின் வழியாக உள்ளே பாய்ந்து அந்த அறைக்கு மங்கலான நிலவு வெளிச்சம் போன்ற ஒளியைக் கொடுத்துக்கொண்டிருந்தது. ஜன்னல் கம்பியின் நிழல் தரைமீது நீண்ட சிறைக்கதவு போலத் தென்பட்டது. ஜமுனா அப்படியே நிற்க டீச்சரம்மா அறை விளக்கு சுவிட்சைப் போட்டாள். ஜமுனாவைத் திரும்பிப் பார்த்து, "இப்போ அழு உன் அழுகையெல்லாம்," என்றாள்.

ஜமுனா வெறுப்புடன் டீச்சரம்மாவைப் பார்த்து, "நான் யாருக்கிட்டேயும் அழ வேண்டி தில்லை. நீங்க போங்கோ," என்றாள்.

"அட, என் கண்ணுக்கு ரொம்பக் கோபம் கூட வர்றதே!"

ஜமுனா முகத்தைத் திருப்பிக்கொண்டு ஒரு மூலைக்குச் சென்று நின்றுகொண்டாள். ஒரு நிமிஷம் கழித்து அவளுடைய இரு தோள்களின் மீதும் இரு இறகுகள் வைத்தது மாதிரி இருந்தது. டீச்சரம்மா ஜமுனாவின் தோளைப் பிடித்த வண்ணம் மெதுவான குரலில், "என்னாச்சு இன்னிக்கு? என்னாலே எவ்வளவு நாழி உன்னோட மட்டும் இருக்க முடியும்? என் வீட்டுக்குப் போக வேண்டாமா?" என்று கேட்டாள்.

ஜமுனா திரும்பி டீச்சரம்மாவின் கண்களைப் பார்த்தாள். பிறகு டீச்சரம்மாவின் மீது சாய்ந்துகொண்டு, “அக்கா, அக்கா,” என்று அழ ஆரம்பித்தாள்.

டீச்சரம்மா ஜமுனாவைத் தடவிக்கொடுத்தவண்ணம் சொன்னாள். “பொண் ஜென்மம் எடுத்தா அழலாமா? அழாம பல்லைக் கடிச்சுண்டு இருக்கிறதுக்குத்தானே இல்லாத அவதி களோடப் பொண்ணாய்ப் பிறக்கிறது”

“நான் சாகணும், அக்கா, நான் சாகணும், அக்கா,” என்று ஜமுனா தேம்பினாள்.

“எல்லாரும் சாகத்தான் போறோம். எல்லாரும் செத்துண்டு தான் இருக்கோம்.”

“நான் இப்பவே சாகணும். இப்பவே சாகணும்.”

“உனக்கு இந்த ஆசை ரொம்ப லேட்டா வந்திருக்கு. எங்களுக் கெல்லாம் உனக்குப் பாதி வயசு இருக்கறப்பவே வந்தாச்சு.”

“நான் செத்தாக்கூடப் பிடிச்சிழுத்துக்கொண்டு வந்துட றாங்க,” – ஓவென்று ஜமுனா அழுதாள்.

“இதோ பார், போதும் இந்த சாவுப் பேச்சு. உனக்கு நிஜமாச் சாகணும்னு இருந்தா உன்னை யாரும் பிடிச்சிழுக்க முடியாது. அதேமாதிரி நீ ஏதாவது செஞ்சிருக்கே செய்யலேன்னா அதை யாரோ சொன்னான்னு செஞ்சேன் செய்யலேன்னு சொல்லற தெல்லாம் வெறும் பேச்சு.”

“சாயாவே போயிட்டாளே?”

“அவ போறேன்னா, போயிட்டா. நீ போகச் சொல்லியா போனா?”

ஜமுனா இன்னும் பெரிதாக அழுதுகொண்டிருந்தாள். டீச்சரம்மா மெதுவாகப் பின்னுக்குச் சென்று அறைக் கதவை நன்கு சாற்றினாள். “நீ சாயா போயிட்டான்னுதான் சாகணும்னு பாக்கிறியா? உன் தங்கை உன்னைவிட்டுட்டுப் போயிட்டான்னு மட்டும்தான் காரணமா?” என்று கேட்டாள்.

ஜமுனா அழுகையை நிறுத்தி நிமிர்ந்து பார்த்தாள். டீச்சரம்மாவுக்கு எவ்வளவு தெரிந்திருக்கும் என்று உடனே அறிய விரும்புவதுபோலப் பார்த்தாள்.

"நான் உன்னைவிடப் பத்து வயது பெரியவளா இருப்பேனா?" என்று டீச்சரம்மா கேட்டாள்.

ஜமுனா அந்தக் கேள்வியின் சம்பந்தமே விளங்காமல் நின்றாள்.

"நிஜம்மாச் சொல்லறேன். பத்து, ஜாஸ்தியாப் போனா பன்னெண்டு வயசுக்கு மேலே போகாது. நான் இன்னும் கிழவியாப் போகலை. எனக்குக் கல்யாணம் ஆறப்போ என்ன வயசு தெரியுமா? பதினஞ்சுதான் இருக்கும். அப்பவே என் வீட்டுக் காரருக்கு நாப்பத்தஞ்சு முடிஞ்சுடுத்து. அப்பவே இந்த இருமல்தான். உன்னை யாரும் சாகக்கூட விடமாட்டேங்கறான்றியே, நான் என்னைப்பத்திச் சொல்லறேன். பதினஞ்சு வயசு. பெரிய மனுஷி ஆயாச்சு. ஒரு நாள் போடி அந்த ரூம்லேன்னு சொல்லித் தள்ளினா. இவர் இருமிண்டிருந்தார். பத்து நிமிஷம் இருமல். எனக்கு உங்கிட்டே சொல்லறதுலே உனக்காகன்னு தயக்கம் இல்லை. பத்து நிமிஷம் பல்லைக் கடிச்சுண்டு வெறி பிடிச்சவன் மாதிரி, ஆனா இருமாம இருந்தார். வெறி திடீர்னு ஜாஸ்தி யாச்சு. தொப்புன்னு அம்மான்னு கீழே குதிச்சார். இருமல் வந்துடுத்து. நான் அந்தமாதிரி அதான் முதல் தடவை பார்க்கறேன். அவருடைய வயறு, மார், தோள்பட்டை எல்லாம் எப்படி எப்படியோ கோணிப் போயுண்டு பயங்கரமா இருமல். சனியன், எங்கேயோ எரிஞ்சுண்டு இருந்த விளக்கு அங்கேயும் கொஞ்சமா வெளிச்சம் தெரிஞ்சுது. அந்த வெளிச்சம் தெரியலைன்னாக்கூட எவ்வளவோ நன்னாயிருந்திருக்கும். ஆனா வெளிச்சம் தெரிஞ்சுது. வெட்ட வெளிச்சமா என் கண்ணுக்குத் தெரிஞ்சுது. நான் கண்ணை மூடிக்க முடியலை. வேறே எங்கேயும் திரும்பிப் பாத்துண்டு இருக்க

முடியலை. அவர் கண் விழியெல்லாம் வெளியிலே பிதுங்கி வரது. நாக்கு உள்ளே போய் மறுபடியும் வெளியிலே வரது. மூக்கிலேந்தும் வாயிலேந்தும் ஒரே தண்ணியாகச் சொட்டறது. அந்தப் பயங்கரத்தைப் பார்க்க முடியாது. முன்னாலியே இப்படி ஒரு பயங்கரம் இருக்கும்னு கொஞ்சம் தெரிஞ்சாக்கூட யாரும் அந்தப் பக்கமே வராமே எங்கேயோ ஓடியே போயிடுவா. ஆனா நான் அங்கேயே நின்னுண்டிருந்தேன். கண்ணே கொட்டாமே பாத்துண்டு நின்னேன். நான் அவர் உடம்பை தலையைப் பிடிச்சிருக்கலாமோ என்னவோ. அப்படிப் பிடிச்சுண்டிருந்தாலும் என்ன பிரயோசனம். ஒண்ணும் இருந்திருக்கப் போறதில்லை. அது அப்புறமா நன்னாத் தெரிஞ்சுது. ஆனா அன்னிக்குத் தெரியாது. இருந்தாலும் நான் இதோ இன்னிக்கு நீ நிக்கற தூரத்திலே நின்னுண்டு ஒரு ஆண் ஒரு பொண்ணை கட்டிப் பிடிச்சு இழுக்கணும்னு வெறிவந்து அந்த வெறியைத் தாங்கிக்க முடியாதபடி காக்கா வலிப்புக்காரன் மாதிரி தரையிலே கிடந்து துடிக்கறதைப் பாத்துண்டு நின்னேன். என்ன ஆபாசம், என்ன அலங்கோலம். எனக்கு அப்போ அந்த நிமிஷத்தைப்பத்தி மட்டும் நினைச்சுண்டு நிக்க முடியலை. நாளைக்கு, அதுக்கு அடுத்த நாள். அதுக்கு அடுத்த நாள் – இனிமே தினமும் இப்படித்தானான்னு நினைச்சுண்டு நின்னேன். எனக்கு அப்போ செத்துப் போயிடுவோம். சாகலாம்னு தோணலை. இப்படியே அவலட்சணமா, இப்படியே ஆபாசமா, இப்படியே கேவலமா என்னென்னிக்கும் சாசுவதமா இருக்கப் போறமே, எப்பவும், நான் இப்படியே பத்தாண்டு நிக்க முடியுமான்னு நினைச்சுண்டு நின்னேன். எனக்குச் சாகணும்னு தோணலை. என் முன்னாலே விழுந்து கிடந்து நெளிஞ்சு துடிக்கிறவரைக் கொன்னுடணும்னும் தோணலை, உடம்புலே சக்தி கிடையாது. உடம்பெல்லாம் ஒரே வியாதி. புத்தப் புதிசா ஒரு சின்னப் பொண்ணு முன்னாலே இவ்வளவு இழிவா, இவ்வளவு அருவருப்பா, இவ்வளவு அசிங்கமா, இவ்வளவு பரிதாபமா கிடந்து துடிக்கப் போறமேன்னு தெரிஞ்சும் அந்த இழிவுக்கும் ஆபாசத்துக்கும் அசிங்கத்துக்கும் மேலா ஒரு ஆம்பளைக்கிட்டே எப்படி ஒரு ஆசை, அல்பமான வெறி துரத்திண்டிருக்கும்னுதான் நினைச்சுண்டு நின்னேன். அந்த வீட்டிலே அதெல்லாம் ரொம்ப சகஜம் போலேயிருக்கு. யாரும் அந்த அரைமணி நேரம் அவ்வளவு ஆர்ப்பாட்டம் நடந்தப்போ கிட்டேக்கூட வரலை. அந்த இழுப்பும் இருமலும் அதிகமாகி மனுஷன் செத்திருந்தாக்கூட யாரும் வந்திருக்கப் போறதில்லை. நான் சின்னவளாயிருந்தாலும் அப்பவே அவரை என் இரண்டு கையைக்கொண்டு கழுத்தை நெறிச்சுக் கொன்னிருந்தாலும் யாரும் வந்திருக்கப் போறதில்லை. இல்லே, உன் மாதிரி சாகணும்

சாகணும்னு சொல்லிண்டு தற்கொலை பண்ணிண்டிருந்தாலும் யாரும் வந்திருக்கப் போறதில்லை. அப்படியெல்லாம் ஒண்ணும் நடந்துடாதுன்ற மாதிரி ஒரு நம்பிக்கையும் என் புருஷன் வீட்டுக்காரங்களுக்கு இருந்திருக்கணும். இப்போ சொல்லப்போனா, அன்னியைவிட இன்னும் பயங்கரமான நாளெல்லாம் அப்புறமெல்லாம் வந்திருக்கு. எனக்கு அதெல்லாம் யார்கிட்டேயும் சொல்லணும்னு கூடத் தோணினது கிடையாது. தெய்வத்துகிட்டேகூடச் சொல்லியழுதது கிடையாது, நானாக் கோவிலுக்கே போறது கிடையாது. ஆனா போகாம இருக்க முடியாது. போனாக்கூட எனக்கு அழுகைகூட வராது. நன்னாப் பாத்துண்டு சூடம் கொளுத்தினதைக் கண்ணுலே ஒத்திண்டு, ஒள்ளங்கையிலே விடற தண்ணியைக் குடிச்சுட்டு எல்லாரும் பண்ணறப்போ ஒரு நமஸ்காரத்தையும் பண்ணிட்டு வருவேன். நான் உனக்கு இதைச் சொல்லறப்போ இதெல்லாம் சொல்றதிலே, எனக்கும் பெரிய பெருமையிருக்குன்னு நினைச்சுண்டு சொல்லலை. என் மாதிரி எவ்வளவு பேர் இருக்காளோ? இன்னும் எவ்வளவு எவ்வளவு கஷ்டமோ? என்னென்ன மாதிரிக் கஷ்டமோ? உன்னைப் பத்தியே நினைக்கறப்போகூட நான் ஐயோ இதுக்கிப்படியெல்லாம் விமோசனம் கிடைக்க முடியாதபடி அமைஞ்சு போயிடுத்தேன்னுதான் நினைக்கறது. உன் தங்கைக்கு மட்டும்தான் என்ன பெரிய சுகம்? நீயும் வெளியிலே வேலைக்குன்னு போய் இன்னொருத்தன்கிட்டே கையை ஏந்திண்டு முதல் தேதியன்னிக்கு நிக்கரப்போ தெரியும் அந்தச் சித்திரவதை என்னதுன்னு. நீ என்னதான் அதுக்கா உழைச்சுப் பாடுபட்டிருந்தாலும் ஒத்தன் காசு கொடுத்து அதை நீ வாங்கிற மாதிரியிருந்தா அந்த நேரத்திலே அவனுக்கும் உனக்குப் புருஷன்னு ஒத்தன் இருக்கானே அவனுக்கும் வித்தியாசமே கிடையாது. விபச்சாரியாவது, பதிவிரதையாவது நானும் ஒரு முதல் தேதிக்காரிதான். எனக்கு இப்போ ஒரு புருஷன் இல்லை, ஒன்பது பேர் இருக்காங்க. எங்க ஹெட்மிஸ்டிரஸ், ஸ்கூல் கரெஸ்பான்டெண்ட், சேர்மன், இன்ஸ்பெக்டர் ஆஃப் ஸ்கூல்ஸ் இப்படி இப்படீன்னு நிறைய பேர் ஆம்பளைங்களும் பொம்பளைங்களுமா இருக்காங்க. நான் ஒம்மாதிரி இருந்தேன்னா தினம் தூக்குக் கயித்துக்கு ஓடிண்டிருக்கணும். தினம் ஒரு அக்காவைத் தேடிண்டு ஓடிண்டிருக்கணும். உனக்கு மனசுக்கு ஆறுதலாச் சொல்லணும்னு நான் சொல்லலை. உனக்கு என்ன ஆறுதல் வேண்டியிருக்கு? என்ன ஆயிடுத்து அப்படி உனக்கு? உன்னோட தொல்லையெல்லாம் உன் தலைக்குள்ளேதானிருக்கு. உன் கண்ணுக்குள்ளேயிருக்கு. உன் கண்ணு வெளியிலே ஒண்ணை யுமே பாக்கறதில்லை. யாரைப் பார்த்தாலும் அவங்களைப்

பாத்துக்கிற மாதிரியில்லாமே கண்ணாடியிலே உன்னை நீயே பாத்துக்கிற மாதிரிப் பண்ணிடறது. உன் கண்ணாடி பூதங் காட்டற கண்ணாடி. ஏன் உனக்குள்ளே இவ்வளவு சுயநலமே நிறைஞ்சிருக்கு? உனக்கு ஏன் மத்தவங்களைப் பாக்கவே முடியலை? ஏன் உனக்கு மத்தவங்களைப்பத்தி நினைக்க முடியலை? மத்தவங்களைப்பத்திக் கவலைப்பட முடியலை?"

ஜமுனா பதில் ஒன்றும் சொல்வதற்குத் தெரியாதவளாக நின்றாள். டீச்சரம்மாவும் பதிலை எதிர்பார்த்துக் கேள்வி கேட்ட மாதிரி தோன்றவில்லை. ஆனால் தொடர்ந்து ஒரு பேச்சொலி கேட்டுக்கொண்டிருந்துவிட்டு அது அப்படியே நின்றுபோனதும் ஜமுனாவைச் சங்கடம் கொள்ள வைத்தது.

ஜமுனா, "என்னைப்பத்தி யாரு கவலைப்படறாங்க," என்றாள்.

"நான் கவலைப்படறேன். நான் கவலைப்படுவேன்னே உனக்குத் தோணலை. அப்படி இன்னும் எவ்வளவு பேரு உன்னைப்பத்திக் கவலைப்படறவங்க இருந்தும் உனக்குத் தோணாம இருக்கோ? அப்படியிருந்தாலும் உன்னைப்பத்தி யாராவது கவலைப்பட்டாத்தான் உனக்கு அவங்களைப்பத்திக் கவலைப்பட முடியுமா? ரொம்பச் சின்னத்தனமாயில்லே? ஏன் இப்படி ஏழையாயிருக்கே? உனக்கு மேலே ஒரு கூரையிருக்கு, உன் செலவுக்கு ஏதோ பணம் கிடைக்கிற மாதிரியிருக்கு, உனக்குப் பேசறதுக்கு, சிநேகிதம் செய்துகொள்ளறதுக்குன்னு மனுஷ பலம் இருக்கு, உனக்கு பேசிப் பழகப் பழக்கம் இருக்கு, இருந்தும் ஏன் இப்படி ஏழையாயிருக்கே? உன் துக்கம் கஷ்டம் எல்லாம் நீ இப்படி ஏழையாயிருக்கிறதுனாலேதான். உனக்கு உன்னைத்தவிர வேறு யாருமே கிடையாது. நீயோ சுத்த ஏழை. ஏழை, ஏழைகிட்டே என்ன பெற முடியும்? கண்ணை துடைச்சுண்டு ஒரு நிமிஷம் யோசிச்சுப்பாரு. இன்னொண்ணும் சொல்லறேன். நீ பாஸ்கர் ராவ் என்னன்னு அழுவே. பாஸ்கர் ராவுக்கு உன்னாலே எவ்வளவு பிரயோசனமோ அதை விட உனக்கு அவனாலே இருக்கு."

"இல்லே, இல்லே."

"எனக்கு எல்லாத் தகவலும் தெரியாது. நான் எப்பவும் மத்தவங்க என்ன பண்ணறாங்கன்னு ஜன்னல் வழியா எட்டிப் பார்த்துண்டேயிருக்கிறது கிடையாது. யாரையும் நானாத் துருவித் துருவி எதையும் கேட்டுக்கிறதும் கிடையாது. அதனாலே எனக்கு பாஸ்கர் ராவ் உன்னோடே என்னென்ன பண்ணறான்னு எல்லாம் தெரியாது. ஆனா எனக்குப் பாஸ்கர் ராவ் மாதிரி

ஆளுங்களைத் தெரியும். உன் மாதிரிப் பொண்களையும் தெரியும். ஒரு பொண் இடம் கொடுக்கலைன்னா ஒரு ஆண் அவகிட்டே நெருங்க முடியுமா?"

ஜமுனா, "நீங்க நினைக்கிற மாதிரி இல்லேக்கா," என்று ஆரம்பித்தாள். டீச்சரம்மா, "உடனே மறுபடியும் அழத் தொடங்கிடாதே. எனக்கு இந்த அழுகையெல்லாம் பாத்துப் பாத்தே எனக்கு அழுகையே வராம போயிடுத்து. நான் ஒண்ணும் உன்னைப்பத்தி நினைச்சுடலே. நீ எனக்கு ஒண்ணும் சொல்லவும் வேண்டாம். நான் ரகசியத்துக்குன்னு சொல்லலை. நாம நடந்ததெல்லாம் சொல்லணும்னா மூணாம் வயசிலே ஆனதெல்லாம் அறுபது வருஷங்களிலேயே கூடச் சொல்லி முடியாது. ஏன்னா ஒவ்வொரு நிமிஷத்திலேயும் எவ்வளவோ நடந்துடறது. நீ எண்ணியோ எண்ணாமலேயோ உன்னைக் காரணமா வைச்சு எவ்வளவோ நடந்துடறது. நீ எனக்கு ஒண்ணும் சொல்ல வேண்டாம். நீயா யோசிச்சுப் பாத்துண்டாப் போறும். யோசிக்கறதுலே மறுபடியும் சாகணும் கொள்ளணும்னு யோசிச்சுண்டு இருக்காதபடி என்ன நடந்ததுன்னு மட்டும் யோசிச்சுப் பாத்துண்டாப் போறும்."

கீழே தெருவில் ஏதேதோ சப்தங்களுடன் டொங்கென்று ஒரு முறை கேட்டது. அது டீச்சரம்மா காதில் விழுந்தது என்று ஜமுனாவுக்குத் தெரிந்தது. டீச்சரம்மா ஜன்னல் பக்கம் போய் எட்டிப் பார்த்தாள். உடனே ஜமுனாவை, "வா இங்கே," என்று கூப்பிட்டாள். ஜமுனாவும் எட்டிப் பார்த்தாள். தெருவில், வீடுகளின் விளக்குகள் தெருவில் ஏற்படுத்தும் சிறு வெளிச்சத்தில் அந்த வீட்டு முன்னால் பத்து வயது நிரம்பாத இரு குழந்தைகள் ஒரு தவலைத் தண்ணீரைத் தெருவில் இறக்கி வைத்துவிட்டு நின்றுகொண்டிருந்தன. இருவருமாகத் தூக்கிக்கொண்டு வந்து, பளு தாங்கமுடியாமல் அங்கே நடுத்தெருவில் தவலையை இறக்கி வைத்துவிட்டு நின்றுகொண்டிருந்தார்கள். ஜமுனா, 'என்ன?' என்கிற மாதிரி டீச்சரம்மாவைப் பார்த்தாள். டீச்சரம்மா, "உனக்கு ஒண்ணும் தோணலியா?" என்று கேட்டாள். ஜமுனா பதில் சொல்லாமல் நின்றாள். டீச்சரம்மா சொன்னாள். "நீயும் தினந்தான் இந்த மாதிரித் தண்ணி கொண்டு வரே. இந்த ஊர்லே இருக்கிறவங்க எல்லாருமே இதைத்தான் பண்ணிண்டிருக்காங்க, உனக்கு எவ்வளவு சௌகரியமா அமைஞ்சுபோயிடுத்து பாரு. நீ உனக்கு மட்டும் ஒரு செம்புத் தண்ணியை வைச்சுண்டுகூட ஒரு நாளைக் கடத்திட முடியும். இந்தக் குழந்தைங்க இவ்வளவு பெரிய தவலையைத் தூக்கமுடியாதபடி தூக்கிண்டு போறது. பாவம், ஏதோ குடிசைலேதான் வாழ்ந்துகொண்டிருக்கும்.

இன்னும் எவ்வளவு தூரம் போகணுமோ? இந்தத் தவலைத் தண்ணி முழுக்க இந்தக் குழந்தைகளுக்குத்தானா? பாவம், ஒரு நாளைக்கெல்லாம் மூணுநாலு தம்ளர் தண்ணி குடிக்கப்போறது. இந்தக் குழந்தைகள் வீட்டிலே வேறெ பெரியவங்க அதட்டி மிரட்டித் தண்ணீர் எடுத்துவரச் சொல்லியிருக்காங்கன்னு சொல்லலாம். ஆனா மிரட்டலுக்கு மட்டும் குழந்தைகள் இவ்வளவு கஷ்டமான வேலையெல்லாம் செய்ய முடியுமா? பாதித் தண்ணியை வழியிலேயே கொட்டிவிடலாம். தண்ணியே எங்கேயும் கிடைக்கலைன்னு சொல்லி வெறும் பாத்திரத்தைத் தூக்கிண்டு போகலாம். ஆனா அப்படிச் செய்யலை. இந்தக் குழந்தைகள் அளவிலேகூட அதுகளோட சக்திக்கு மீறி வேறு யாரோ சௌகரியத்துக்காகத் தான் பாடுபடுகிறது. இதைப் பாத்தா உனக்கு உன் கஷ்டம்தான் பெரிதுன்னு எப்படித் தோண முடியும்?"

ஜமுனா வாயடைத்து நின்றாள். அந்த நிமிஷத்தில் ஒன்றும் பெரிதாக மாறுதல் ஏற்பட்டுவிடவில்லை. அந்த அறையின் விளக்கு எப்போதும் போலத்தான் எரிந்துகொண்டிருந்தது. காலண்டர்கள் எப்போதும் போலத்தான் அந்த மாதத்து தேதி களைக் காண்பித்துக்கொண்டிருந்தன. அவளும் எப்போதும் போலத்தான் நின்றுகொண்டிருந்தாள். டீச்சரம்மாவும் எப்போதும் போலத்தான் தோற்றமளித்தாள். ஆனால் டீச்சரம்மா மட்டும் சிறிது அதிகம் களைத்தவள்போல இருந்தாள். பேசினதால், நிறையப் பேசினதால், களைப்பு ஏற்பட்டமாதிரியில்லை. களைப்பு வயதின் களைப்பு. உழைத்துவிட்டு வந்திருக்கும் களைப்பு. வெளியில் உலகத்தோடு பழகிவிட்டு வந்திருக்கும் களைப்பு. வீட்டில் மாமியார், புருஷனால் ஏற்பட்ட களைப்பு. ஆனால் ஒரு விதத்தில் அவள் களைப்பாகச் சோர்ந்து போய்விட்ட மாதிரியும் இல்லை. களைத்துப்போயிருந்தாலும் அடுத்துச் செய்யவேண்டி யிருப்பதற்குத் தன்னைத் தயார் பண்ணிக் கொள்ளக்கூடிய நிலையில்தான் இருந்தாள். குள்ளம், தடி, இடுப்பில் பிதுங்கும் சதை. பகல் முழுக்க உட்கார்ந்து எழுந்து நடமாடிய கசங்கல் மற்றும் அழுக்குத் தெரியும் கைத்தறிப் புடவை.

"நான் போகட்டுமா?" என்று டீச்சரம்மா கேட்டாள். "நான் என் செக்குக்குத் திரும்பிப் போக நாழியாயிடுத்து. ரொம்ப நாழியாயிடுத்து."

ஜமுனா சொன்னாள், "இன்னிக்கு இங்கே டீ குடிச்சுட்டுப் போங்களேன் அக்கா." டீச்சரம்மா லேசாகப் புன்னகை புரிந்தாள். பிறகு, "சரி சீக்கிரம்," என்றாள்.

ஜமுனா ஓடிப்போய் ஸ்டவ்வைப் பற்றவைத்தாள். அன்று காலையிலிருந்து அதைப் பற்றவைக்கவேயில்லை. ஸ்டவ்வின் பத்து திரிகளில் இரண்டு மூன்று எரியவில்லை. மற்ற திரிகளின் சூட்டில் சிறிது நேரம் கழித்து எரியாத திரிகளுக்கான துவாரங்களிலிருந்தும் ஜுவாலை வந்ததும் ஒரு பாத்திரத்தில் தண்ணீரைக் கொதிப்பதற்கு ஸ்டவ்வில் வைத்துவிட்டு டீத்தூள் டப்பாவை எடுத்தாள். டீச்சரம்மா வெறுமனே நில்லாமல் அந்த அறையில் சிதறிக் கிடந்த புடவை பாவாடைகளை மடித்து வைத்துக்கொண்டிருந்தாள். ஜமுனா அவளை பார்த்தபோது அவள் மீண்டும் லேசாகப் புன்னகை புரிந்தாள். தான் ஒன்றுமே சொல்லாமல் எப்படி எல்லாவற்றையும் சொல்லித் தீர்த்துவிட்டமாதிரி ஆகிவிட்டது என்று ஜமுனாவுக்குத் தோன்றியது. சட்டென்று அறைக்குள் ஒரு குளுமையை உணர முடிந்தது. காற்று அதிக கனம் பெறுவதையும் உணர முடிந்தது. சில விநாடிகளுக்குள் படபடவென்று சப்தம் வர ஆரம்பித்தது. ஒரு துப்பட்டியை மடித்து உதறிய வண்ணம் டீச்சரம்மா, "என்ன தூறலா?" என்று கேட்டாள்.

ஜமுனா ஜன்னலருகே சென்று கையை நீட்டினாள். அந்த ஜன்னலுக்கு அகலமான ஸன்ஷேட் இருந்தது. கதவைத் திறந்து வெளியே சென்று கையை நீட்டிப் பார்த்தாள். டீச்சரம்மாவிடம், "மழை" என்றாள். ஸ்டவ்வில் தண்ணீர் கொதிக்க ஆரம்பித்திருந்தது

தண்ணீர்

மாலை ஐந்து மணிக்குச் சென்னை வந்தடைய வேண்டிய வண்டி இரவு ஒன்பதரை மணிக்கு வந்து சேர்ந்தது. அவன் தன்னுடைய மூன்று பைகள், ஒரு கூடை, ஒரு சிறு அழுக்குத் துணி மூட்டை இவைகளுடன் பிளாட்ஃபாரத்தில் இறங்கி போர்ட்டரைக் கூப்பிடப் பயந்து எல்லா வற்றையும் அவனே மிகுந்த சங்கடத்துடன் தூக்கிக் கொண்டு சென்டிரல் ஸ்டேஷன் வெளியே வந்தபோது டாக்சி, ஆட்டோ ரிக்ஷா ஒன்றும் கிடைக்காமல் ஸ்டேஷன் எதிரேயிருந்த ஜெனரல் ஆஸ்பத்திரியை ஒட்டியிருந்த பஸ் நிற்குமிடத்தை நோக்கி நடந்தான். பாதி சாலை கடக்கும்போது சுரங்கப்பாதை வழியாக வராமல் இப்படிக் குறுக்கே வந்துவிட்டதிற்கு எந்த நிமிஷம் எந்த போலீஸ்காரன் கூப்பிடப்போகிறானோ என்று பயந்தபடி நடந்தான். நல்ல வேளை, சாலையைக் கடந்துவிட முடிந்தது. அந்த நேரத்திலும் வட திசையிலிருந்து வரும் பஸ்கள் மெமோரியல்ஹால் கட்டிடத்தைக் கடந்து வேகமாக வலது பக்கம் திரும்பி அவனை நோக்கி வந்தவண்ணம் இருந்தன. அடுத்தடுத்து ஐந்தாறு பஸ்கள் சென்ற பிறகும் அவன் பேட்டைக்குப் போகும் பஸ் வரவில்லை. வந்தாலும் அவனுடைய மூட்டை முடிச்சுகளுடன் அதில் ஏறமுடியுமா என்ற சந்தேகத்துடன் நின்று கொண்டிருந்தான். கூடை, அந்த நாசமாகப் போகிற பழக்கூடை, அவன் வேண்டாம் வேண்டாம் என்று சொன்னபோதிலும் அவன் தலையில் கட்டப்பட்ட விளாம்பழம், பச்சை வாழைப்பழம் கொண்ட கூடை, கனமாக இருந்ததோடல்லாமல் தூக்குவதற்கு இடைஞ்சலாகவும் இருந்தது. அதே வாழைப்பழத்தை ஏறக்குறைய அதே விலைக்குச் சென்னையிலே வாங்கிக்கொண்டு விடலாம். ஒரு

டஜன் விளாம்பழத்தை வைத்துக்கொண்டு என்ன செய்வது? வேண்டுமானால் கோபம் வரும்போது யார் மண்டையிலாவது அதைப் போட்டு உடைக்கலாம். இப்போது தன் மண்டையிலேயே இரண்டைப் போட்டுக்கொள்ளலாம்.

இன்னும் ஐந்து நிமிஷங்கள் காத்திருந்து பார்த்துவிட்டு பார்க் ஸ்டேஷன் போய் மின்சார ரயிலில் போய்விடலாம். மின்சார ரயில் ஒன்றில்தான் அதை ஓட்டுபவர்கள், நடத்துகிறவர்கள் கண்ணில் நேரில் படாமல், எவ்விதச் சிக்கலான உறவோ சூழ்நிலையோ ஏற்படுத்திக் கொள்ளாமல் போய்விடலாம். டிக்கெட் கொடுப்பவருக்கு அந்த ஜன்னல் துவாரத்தின் வழியாக மற்றவர் உள்ளங்கைகூட ஒழுங்காகத் தெரியாது. அந்த ஜன்னல் ஓட்டை வழியாக எல்லாருடைய கைகளும் அதிக வித்தியாசமில்லாத கைகள், எப்பேர்ப்பட்டவருக்கும் உள்ளங்கை வெறுத்தபடிதான் இருக்கிறது. சில பணத்தை நோட்டாக வைத்திருக்கும். சில சில்லறை வைத்திருக்கும். கையைக் காட்டுவது முகத்தைக் காட்டுவது போன்றதாகாது. அப்புறம் மின்சார ரயிலில் ஏறுவது, அல்லது நிற்பது, அல்லது உட்காருவது, இறங்க வேண்டிய இடத்தில் இறங்குவது, மாடிப்படி ஏறி இறங்குவது, எங்கேயாவது ஒரு வெள்ளைக் கோட்டணிந்த உருவம் கையை நீட்டினால் அந்தக் கையில் டிக்கெட்டைத் திணிப்பது. இதெல்லாம் யாரிடமும் எந்தவித உறவையும் ஏற்படுத்த முடியாத செயல்கள். பேரம் பேசவேண்டியதில்லை. கட்டணம் எவ்வளவு என்று கணக்கிட வேண்டியதில்லை. பாக்கிச் சில்லறை கொடு என்று கேட்பதில் தயங்கிக்கொண்டு நிற்க வேண்டியதில்லை; தன் உருவத்தை, தன் முகத்தை, தன் கண்ணை இன்னொருவனின் கூர்மையான பரிசோதனைக்கு உட்படுத்த வேண்டியதில்லை.

அப்போது பளபளவென்ற ஒரு டாக்சி அவனருகே வந்து நின்றது. டாக்சி டிரைவர் கார் கண்ணாடி வழியாக இவனைப் பார்த்தான். இவன், வேண்டாம் என்று தலையை அசைத்தான். கார் கிளம்பும்போல இருந்தது மீண்டும் நின்றது.

"எங்கே போறே, சார்?" என்று டாக்சி டிரைவர் கேட்டான். இவன் கேட்ட கேள்விக்குப் பதில் சொல்ல முடியாமல் நிற்கும் இயல்பற்றவனாக அந்த இடத்தைச் சொன்னான். "ஏறு சார், நான் ஷெட்டுக்கு சைதாப்பெட் போறேன். லக்கேஜுக்கு ஒன் ருபி எக்ஸ்ட்ரா கொடுத்திடு," என்று டாக்சி டிரைவர் சொன்னான். "லக்கேஜுக்கெல்லாம் எக்ஸ்ட்ரா ஒண்ணும் தர முடியாது," என்று இவன் சொன்னான். "லக்கேஜுக்கு ஒண்ணும் கொடுக்காமே நீ எங்கே போக முடியும்! ஏதாவது போட்டுக் கொடு," என்று

டாக்சி டிரைவர் சொன்னான். இவன் முனகினான். டாக்சி டிரைவர் "ஏறு," என்றான்.

இவன் மூட்டை முடிச்சுகளை வைத்துக்கொண்டு கார் கதவைத் திறக்க முடியாதபடி நின்றான். டாக்சி டிரைவர் இவனையே பார்த்தபடி அப்படியே உட்கார்ந்திருந்தான். பிறகு இவன் தன் பைகளில் இரண்டைக் கீழே வைத்துவிட்டுத் தானே கார் கதவைத் திறந்துகொண்டான். டிரைவர், "கூடையை ஸீட்மேலே வைக்காதே" என்றான். ஸீட்களின் இடைவெளி கூடையை வைக்க முடியாதபடி இருந்தது. விளாம்பழமும் வாழைப்பழமும் கொண்ட அந்தக் கூடையைத் தன் மடியிலேயே வைத்துக்கொண்டான். டாக்சி கிளம்பியது. அவன் பேட்டைக்குப் போக வேண்டிய பஸ் ஒன்று பாதிக்கு மேல் காலியாக அந்த டாக்சியைக் கடந்து சென்றது.

சாலையில் ஓரிடத்தில் தேங்கிக் கிடந்த தண்ணீர்ப் பரப்பைக் கிழித்துக்கொண்டு டாக்சி சென்றபோது இவன் முகத்திலும் சில துளிகள் தெறித்தன. "இன்னிக்கு மழை பெஞ்சுதுங்களா?" என்று டாக்சிக்காரனைக் கேட்டான். டாக்சி டிரைவர் முகத்தில் அசைவேயில்லாமல் வண்டியை ஓட்டிக்கொண்டிருந்தான். வண்டி பிரகாசமான விளக்குகள் பகுதியைத் தாண்டி வந்து ஒரே கும்மிருட்டாயிருக்கும் பகுதியொன்றில் நுழைந்தது. இன்னும் இரு திருப்பங்கள் கடந்தவுடன் மீண்டும் தெரு விளக்குகள் எரியும் பகுதியொன்றிற்கு வந்தது. இங்கே விளக்குகள் அவ்வளவு பிரகாசமாகயில்லை. ஒரு தள்ளு வண்டிக்காரன் கையில் எரிகிற விளக்கொன்றை ஒரு காகிதக் கூம்பிற்குள் பிடித்தபடி சென்று கொண்டிருந்தான். அவனைக் கடப்பதற்காக டாக்சி சிறிது வேகம் மட்டுப்பட்டு, அந்த வண்டியைத் தாண்டியவுடன் பழைய வேகத்தில் சென்றது.

"அதோ அந்த சினிமா தாண்டினப்புறம் ரெண்டாவது கட்டிங்க். லெஃப்ட்," என்று இவன் சொன்னான். மீண்டும் "இது இல்லே. ரெண்டாவது தெரு, லெஃப்ட்டர்ன்," என்றான். டாக்சி ஒரு முறை அப்படியே நின்றது. பிறகு கிளம்பி மெதுவாக இடப்புறம் திரும்பியது. அந்தத் தெருவில் தெருவிளக்கு ஒன்றுகூட எரியவில்லை.

அந்தத் தெருவில் இரண்டடி போவதற்குள் இவனுக்கு ஏதோ திடீரென்று ஞாபகம் வந்ததுபோல, "சைடா போகாதிங்க. தெரு நடுவிலேயே போங்க," என்று டிரைவரிடம் சொன்னான். டிரைவர், "என்னது?" என்றான்.

“ஓரமாகவே போகாதீங்க. நடுவிலேயே போங்க” என்றான். அப்புறம், “அதோ லெஃப்ட்லே கோடி வீட்டுக்கு முந்தின வீடு,” என்றான். டாக்சி தெரு நடுவிலேயே போய்க்கொண்டிருந்தபோது கூட நிறையச் சிறிய பெரிய கற்கள், மண்கட்டிகள் இவைகள் மீது டாக்சி ஏறி இறங்கி அலுங்கிக் குலுங்கிக்கொண்டு போயிற்று. “அதோ அந்த வீடுதான். அதோ அந்த இரண்டாவது வீடு,” என்று இவன் சொன்னான். பிறகு, “இதுதான், இதுதான்,” என்றான். டிரைவர் ஏதோ பழக்கதோஷத்தில் செய்வதுபோல வண்டியைச் சிறிதே இடதுபுறம் திருப்பினான். ஏதோ விநோதமாகச் சப்தம் வந்தது. அதையடுத்து வண்டி அதுவாகவே இழுக்கப்பட்டு மீண்டும் இடப்புறமாக நகர்ந்தது. டொக்கென்ற ஒலியுடன் அப்படியே நின்றது. டிரைவர் அரைவிநாடியில் அவனிடத்தை விட்டு வெளியேறி காரைச் சுற்றி இடப்புறம் வந்தான்.

இவன் கூடையுடன் கீழே இறங்கினான். வைத்த கால் அப்படியே கீழே புதைந்தது. அடுத்த காலை எடுத்து எட்டி வைப்பதற்குள் அரையடி புதைந்த கால் ஓரடியாகப் புதைந்தது. இவன் சேற்றுக்காலை இழுத்து வெளியே எடுத்தான். செருப்பு சேறோடு நின்றுவிட்டது.

இவன் தன் பைகளையும் மூட்டையையும் இறக்கி வைத்து விட்டு டாக்சிக்குப் பணம் கொடுக்கத் தயாராக நின்றான். டாக்சி டிரைவர் ஒரு நெருப்புக் குச்சியைக் கிழித்துக் காரின் பக்கவாட்டுச் சக்கரத்தருகில் கொண்டு போய்ப் பார்த்தான். இரு பக்கவாட்டுச் சக்கரங்களும் தெருவில் கோவணம்போல் நீண்டிருந்த ஒரு சேற்றுப்பட்டையில் புதைந்து கிடந்தன.

“ஏய்யா, இங்கே பள்ளம் இருக்குன்னு முன்னமேயே சொல்லக்கூடாது?” என்று டாக்சி டிரைவர் சீறினான்.

“நான்தான் சைடிலே போகாதீங்கன்னு இரண்டு தடவை சொன்னேனே?”

“என்னையா சொன்னே? பள்ளம் தோண்டிருக்குன்னு சொல்ல வேணாம்? இப்போ வண்டியை எப்படியா எடுக்கறது? வீட்டிலே வௌக்கைப் போடச் சொல்லுயா.”

“மீட்டர் எவ்வளவாச்சு?”

“லைட்டைப்போடச் சொல்லுய்யா. முதல்லே வண்டியை எடுக்கணும். உன் ஜாதி புத்தியைக் காட்டறியே?” என்று டிரைவர் ஏதேதோ சொன்னான்.

இவன் இருக்குமிடம் அந்த வீட்டின் பின்புறமிருந்த ஒரு சிறு அறையாகயிருந்தது. முன்புறத்துக் கதவை மெதுவாகத் தட்டி, "சார்," என்று கூப்பிட்டான். டிரைவர் வண்டியில் உட்கார்ந்து எஞ்சினைக் கிளப்பினான். மறுபடியும் அதை நிறுத்திவிட்டுக் கீழே இறங்கி நெருப்புக் குச்சியைக் கிழித்துச் சக்கரங்களைப் பார்த்தான். அந்த இருட்டிலும் சேற்றில் இறங்கிய சக்கரங்கள் ஓரளவு பளபளவென்று இருந்தன. டிரைவர் குறிப்பாகவும் பொதுவாகவும் வைதான்.

வீட்டுக்காரர் பகுதியிலிருந்து, "யாரு?" என்று குரல் வந்தது. இவன் அவர்களை ஏதோ தணிந்த குரலில் கேட்டுக்கொண்ட பிறகு வீட்டின் முன்புற வெளிவிளக்கு ஏற்றப்பட்டது.

"ரங்கு, மாது தூங்கிப்போயிவிட்டாளா? யாராவது ஒத்தர் வந்தாக்கூட இந்த வண்டியைத் தள்ளி எடுத்துடலாம்," என்று இவன் சொன்னான்.

அந்த வீட்டுப் பெரியவர் முதலில் தூக்கக் கலக்கத்தில் ஒன்றும் புரியாதவராக இருந்தார். ஆனால் கூடவே அவர் வீட்டுப் பெண்மணிகள், மற்றும் ஒரு மூன்று வயதுக் குழந்தை விழித்துக் கொண்டு அவர் பக்கத்தில் நின்றவுடன் அவருக்குத் தெளிந்து விட்டது. ஒரு அம்மாள் சொன்னாள், "இதுவே தினம் பெரிய வேலையாப் போச்சு, பகலாகட்டும், ராவாகட்டும்," என்றாள்.

இவன், "இன்னிக்கு மழை பெஞ்சுதா?" என்று கேட்டான்.

"ஏதோ இரண்டு நாளாத் தூறல் போடறது. இரண்டு துளி விழறதுக்குள்ளே வாசல் முழுக்க ஒரே ஒளையாப் போய்க் கிடக்கு. என்னிக்கு வந்து இந்தப் பள்ளம் தோண்டிப் போட்டவன் ஒழுங்கா மூடிட்டுப் போகப் போறானோ?" என்றாள்.

ரயிலிலிறங்கி வந்தவனும் அந்த வீட்டின் இரு இளைஞர்களும் டாக்சி டிரைவருமாக அரை மணிக்கும் மேலாகக் கால் கையைச் சேறாக அடித்துக்கொண்டு வண்டியின் இடதுபுறச் சக்கரங்களைச் சேற்றிலிருந்து வெளியேற்றப் பாடுபட்டார்கள். அந்த வீட்டு இளைஞன் சொன்னான். "இன்னிக் கார்த்தாலே மாட்டிண்ட வண்டியை ஒரு ஜீப் கொண்டு வந்துதான் வெளியிலே இழுக்க முடிஞ்சுது. இல்லை, நாலு வண்டியாள்க கிடைச்சாலும் போறும். இப்போ ஆளும் கிடைக்காது, ஜீப்பும் வராது."

"வீட்டுக்குப்போற நேரத்திலே சரியாப் பீடை கிராக்கியா வந்தான்," என்று டாக்சி டிரைவர் சொன்னான்.

"நான் உன்னைக் கூப்பிடலியே?" என்று ஊரிலிருந்து வந்தவன் சொன்னான்.

டாக்சி டிரைவர் ஜன்னல் கண்ணாடிகள் மற்றும் கதவுகள் எல்லாவற்றையும் சாத்திவிட்டுக் கடைசியாக மீட்டரிடம் வந்து அதைத் திருப்பினான். அது டங்கென்று மணியடித்தது. ரயிலி லிருந்து வந்தவன் ஐந்து ரூபாய் நோட்டைக் கொடுக்க அதை அப்படியே பையில் போட்டுக்கொண்டு டிரைவர் வைதபடி எங்கோ போனான்.

ஊரிலிருந்து வந்தவன், அந்த வீட்டிலிருந்து வெளியே வந்த இளைஞன் இருவரும் சிறிது நேரம் அங்கே நின்றார்கள். ஊரிலிருந்து வந்தவன், "நான் நாலணாலேயே வந்திருப்பேன்," என்று சொன்னான்.

"நீ மீட்டரைப் பார்த்து உடனேயே செட்டில் பண்ணி யிருக்கணும்."

"எப்படிப்பா? அவன் வாயிலே வந்தபடியெல்லாம் பேசறான். என் அம்மா அக்காதான் அவனுக்கு முதல்லே வேணும்."

வீட்டு இளைஞன் கையைக் கட்டிக்கொண்டு நின்றான். "இப்படித்தான் பேசறாங்க. பணத்தையும் கொடுக்கணும், அவமானமும் படணும்."

"ஸ்டிரீட் லைட் இருந்தாலும் பரவாயில்லே. ஏன் இன்னிக்கு லைட்டேயில்லை?"

"ஒரு வாரம் பத்து நாளாக ஒண்ணுமேயில்லே. தண்ணிதான் இல்லேன்னு ஆச்சு. அப்புறம் பெரிசா மெயினிலே மாத்தரேன்னு பள்ளம் தோண்டிப் போட்டதுதான் மிச்சம். இப்போ தண்ணியும் கிடையாது. லைட்டும் கிடையாது. எவ்வளவு வண்டி இங்கே மாட்டிண்டிருக்கு, தெரியுமா? அதுவும் பகல்லியே. தெரு மூலை விறகு மண்டியிருக்கே. அந்த ஆள்களுக்குக் கொண்டாட்டம். ஒரு வண்டியைச் சேறிலேந்து எடுக்க இப்பல்லாம் பத்து ரூபாய்க்குக் குறைஞ்சு வரதில்லே."

"என் செருப்பு வேறே போயிடுத்தப்பா."

"எங்க மாமா கார் இப்படித்தான் இங்கே போன சனிக்கிழமை மாட்டிண்டுடுத்து. அன்னிக்கு அதை வெளியிலே எடுத்தப்புறம் நூறு ரூபாய்க்கு ரிப்பேர். ஆக்ஸில், ஸ்டியரிங் ராட் எல்லாம் அவுட்."

ரயிலிலிருந்து வந்தவன் பேசாமல் நின்றான். பிறகு கேட்டான். "எங்கம்மா நேத்தி முந்தாநேத்திக்கு இங்கே வந்திருந்தாளா?"

தண்ணீர்

“வரலியே. நீ வரப்போறதே அவளுக்குத் தெரியாது போலிருக்கு, சாவி கொடுத்துட்டுப் போயிருக்கா. எடுத்துத் தரேன்.”

“தண்ணி வரதா இப்போ குழாயிலே?”

“ஊஹூம். இங்கே ஊரிலே மழை பெஞ்சாலும் அங்கே ஏரியிலே மழை பெய்யல்லேன்னு கார்ப்பரேஷன் கமிஷனர் அடுத்த நாளே ஸ்டேட்மெண்ட் விட்டாச்சு. இன்னும் பாண்டி பஜார் போய்தான் போர்வெல் தண்ணி கொண்டு வரோம் நாங்கள்ளாம்.”

“செருப்பு போயிடுத்தப்பா. இப்பவே எடுத்துடலாமா? ஒரு டார்ச் இருந்தா எடுத்துடலாம்.”

“கார்த்தாலே எடுத்துக்கோ. கூட இன்னும் நாலஞ்சு சேர்ந்து கிடைச்சாக்கூடக் கிடைக்கும்.”

“கார்த்தாலே இந்த டாக்சிக்காரன் வந்து என்ன கூச்சல் போடப் போறானோ?”

அவர்கள் இருவரும் உள்ளே போனார்கள். அந்தத் தெருவுக்கு வெளிச்சம் தந்த அந்த ஒரு வீட்டு விளக்குகூட அணைந்தது.

இன்று போய்ப் பார்த்தே தீருவது என்று விடிகாலையில் கிளம்பிய ஜமுனா நான்கு வீடு தள்ளித் தெருவிலேயே ஒரு டாக்சி நிற்பதைக் கண்டு உற்சாகமாக அதனருகே விரைந்தாள். வண்டியை அடைந்த பிறகுதான் அது டிரைவர் யாருமில்லாமல் சேற்றில் புதைந்து இன்னும் வெளியே எடுக்கப்படாத வண்டியென்று அறிந்துகொண்டாள்.

சாயாவின் அறையை ஜமுனா அடைந்த போது சாயா எங்கோ போயிருந்தாள். அங்கிருந்த இன்னொரு பெண்தான் ஜமுனாவைப் பார்த்து, "யாரு வேணும்?" என்று கேட்டாள் ஜமுனா சொன்னதும், "வந்திடுவாங்க, உட்காருங்க," என்றாள்.

அந்த விடுதி உற்சாகம் நிரம்பியிருக்கும் இடமாக இல்லை. நிறையப் பெண்கள் இருக்கக் கூடும் என்றாலும் எல்லாரும் அவரவர்கள் வேலையைப் பார்த்துக்கொண்டு போகிறவர்களாக இருந்தார்கள். கண்ணில் யார் தட்டுப்பட்டாலும் இளமைப் பொழுதைத் தாண்டிய சோர்வு தெரிய இருந்தார்கள். சாயாவின் அறையில் இரு கட்டில்கள் இருந்தன. கட்டில்கள் இரண்டும் கொசுவலைப் பந்தல் இணைக்கப்பட்டதாக இருந்தன. பந்தல் கட்டைகளில் துணிதான் உலர்த்தப்பட்டிருந்தது. ஆறு கைக்குட்டைகள், ஒரு பாவாடை, மூன்று பிரா.

சாயா வந்தாள். ஜமுனாவைப் பார்த்த முதல் கணம் திகைப்பு கொண்ட மாதிரியிருந்தாலும் அதற்கப்புறம் தன்னைத் தவிர அந்த அறையில் வேறு யாருமே இருப்பதாக எண்ணாதவள் போல இருந்தாள். ஆனால் அந்த அறையிலிருந்த மூன்றாம் பெண்ணைப் புறக்கணிக்க முடியாது போய் ஜமுனாவைப் பார்த்து, "எங்கே வந்தே?" என்று கேட்டாள்.

"உன்னைப் பாக்கத்தான். நீ என்னைப் பாக்க வரலைன்னா நான் உன்னைப் பாக்க வரக் கூடாதா?"

தனக்குப் பழக்கமானவள், பழக்கமில்லாத பேச்சைப் பேசக் கேட்டதுபோல சாயா ஜமுனாவைப் பார்த்தாள்.

"அம்மாவுக்கு உடம்பு ரொம்ப சரியில்லேன்னு சொல்லி யனுப்பிச்சாங்க."

"எனக்கும்தான் நான் நேத்தி ராத்திரி போய்ப் பாத்துட்டு வந்தேன்," என்று சாயா சொன்னாள்.

"அம்மா எப்படியிருக்கா?"

"மோசமாத்தான் இருக்கா."

சிறிது மௌனத்திற்குப் பிறகு ஜமுனா கேட்டாள். "ஏதாவது சொன்னாளா?"

"ஏன், நீ போய்ப் பாரேன்."

"நான் போய் பாக்கத்தான் போறேன். நீ இன்னும் போகலைன்னா, கூட அழைச்சுண்டு போகலாம்னு பாத்தேன்."

"வெளியிலே போறதுக்குத் துணையெல்லாம் எனக்கு வேணுங்கறது இல்லே."

ஜமுனா ஒரு நிமிடம் பேசாமல் இருந்தாள். பிறகு, "நீ எப்படியிருக்கே?" என்று கேட்டாள்.

"நீ பாக்கிற மாதிரிதான்."

"என்ன இந்த மாதிரியா பதில் சொல்லிண்டிருக்கே?"

"எனக்கு பதில் சொல்லத்தான் தெரியறது. நீ காரியமா செஞ்சு காட்டறவ இல்லையா?"

யாரோ வந்து கூப்பிட, அறையிலிருந்த மூன்றாவது பெண் வெளியே போனாள். சாயா மேஜைமீது வைத்திருந்த கைக்கடிகாரத்தைப் பார்த்து 'ச்ச்சூ' என்றாள். அவசரம் தெரிய அதற்குச் சாவி கொடுக்க ஆரம்பித்தாள்.

ஜமுனா மீண்டும், "அம்மா ஏதாவது சொன்னாளா?" என்று கேட்டாள்.

"என்ன சொல்லுவா? அதான் பாட்டியும் அந்த மாமாக் கிழமும் அங்கேயே இருக்கே."

சாயா பொறுமையின்மை தெரிய இருந்தாள். ஜமுனா கேட்டாள், "உனக்கு நேரமாறதில்லே?"

"ஆமாம்."

"நீ கிளம்பிப் போகணும்."

"ஆமாம். இன்னும் இருபது நிமிஷத்திலே."

"குளிச்சாச்சா?"

"இல்லை?"

"குளிக்கலையா?"

"இங்கேயும் தண்ணிக் கஷ்டந்தான்."

"ஆபீஸிலேதான் எல்லாக் காரியமும் செஞ்சுக்கிறே போலயிருக்கு."

"அங்கேயும் முன்னேமாதிரி முடியலை."

"ஏன்?"

"ஆம்பிளைங்களும் நிறையக் குளிக்கிறதுக்கு வந்துடறாங்க."

"எது எப்படியிருந்தாலும் பாத்ரும் பொம்பளைங்களுக்குத் தனியாத்தான் வேண்டியிருக்கு."

சாயாவும் லேசாகச் சிரித்துவிட்டாள். சிறிது மௌனத்திற்குப் பிறகு ஜமுனா கேட்டாள். "எனக்காக ஒண்ணு பண்ணறியா?"

"என்ன?"

"இன்னிக்கு லீவு போட்டுடேன்."

"லீவு போட்டுட்டு?"

"என்னோட அம்மாவைப் பாக்க வா."

"உனக்கு இன்னும் அம்மாவைத் தனியாப் பாக்கப் பயமா யிருக்கு."

"இவ்வளவு ஆனப்புறம் பயம் என்ன இருக்கு? நீ என் கூட இரேன்."

சாயா உடனே பதில் சொல்லவில்லை. ஜமுனா கேட்டாள், "என்ன சொல்லறே?"

சாயா ஒன்றும் சொல்வதற்கில்லை என்கிற மாதிரி முகத்தைத் திருப்பிக்கொண்டாள். ஜமுனா பேசினாள்:

"சாயா,"

"என்ன?"

"நீ மறுபடியும் என்கூட இருந்துடு."

"எப்படி?"

"முன்னே மாதிரிதான்."

"முன்னே மாதிரியா இப்போ?"

"ஏன், அப்படி என்ன ஆயிடுத்து? நான் என்ன செய்யக் கூடாதது செஞ்சுட்டேன்?"

சாயா பதில் சொல்லவில்லை.

"உன் காலிலே விழுந்து மன்னிப்புக் கேட்டுக்கொள்ளணுமா?"

"என் காலிலே ஏன் நீ விழணும்?"

"உன்னைத் தேடிண்டு நான்தானே வந்திருக்கேன்? நான் தானே எல்லாரையும் கெஞ்சிண்டிருக்கணும்?"

"அதெல்லாம் எனக்கு வேண்டாம்."

"அப்ப நீ எங்கூட வந்திடு. நான் உனக்கு வேளா வேளைக்குச் சமைச்சுப் போடறேன். உன் துணிமணிக்கு சோப்பு போட்டுத் தோய்க்கிறேன். வீட்டைப் பாத்துக்கறேன். தண்ணி கொண்டு வந்து கொட்டறேன். இப்போ அங்கெல்லாம் தண்ணி அவ்வளவு மோசமில்லை."

"இன்னும் மூணு நாலு மாசத்திலே அவரே இந்தப் பக்கம் வந்துடுவாறாம்."

"வரட்டும். வர வரைக்கும் நான் உன்னைப் பாத்துக்கறேன். முரளியைக்கூட அழைச்சு வைச்சுக்கலாம். அவனையும் இந்த வருஷம் பள்ளிக்கூடத்திலே சேத்துடலாம்."

முரளி என்றதும் சாயாவின் முகம் எப்படியோ மாறிற்று. ஜமுனா கேட்டாள், "முரளி எப்படியிருக்கு?"

"அதுக்கு அம்மாவுக்கும் பாட்டிகளுக்கும் வித்தியாசம் தெரியலை."

"நீ இங்கே வந்தப்புறம்கூட அடிக்கடி போய் பாக்கற தில்லையா?"

"இல்லை."

"ஏன், எவ்வளவு தரம் பாத்தே?"

"ஒரே ஒரு தடவைதான். நேத்திக்கு."

"இந்த மூணு மாசமா நீ அங்கே போகவில்லையா?"

"இல்லை."

திடீரென்று சாயா ஒருமுறை விம்மினாள். ஜமுனா எழுந்திருந்து அவளைப் பிடித்துக்கொண்டாள். சாயா சட்டென்று ஜமுனாவை உதறினாள். ஜமுனா சிறிது துணுக்குற்றவளாக நின்றாள். சாயா தன்னை நிதானப்படுத்திக்கொண்டு கூறினாள். “தப்பா நினைச்சுண்டுடாதே. இந்த மாதிரி இடங்களிலே நம்ம இரண்டுபேர் கட்டிண்டாக்கூட வேறே மாதிரிதான் மத்தவங் களுக்குத் தோணும்.”

“சாயா, சாயா,”

“அக்கா . . .” சாயா பேச முடியாமல் நிறுத்தினாள். பிறகு கட்டிலில் போய் உட்கார்ந்தாள். “எனக்கும் என்ன பண்ணற துன்னு புரியலை,” என்றாள்.

“நான் சொல்லட்டுமா?”

“உம்.”

“இன்னிக்கு லீவு போட்டுடு. நம்ம இரண்டு பேரும் அம்மாவைப் போய்ப் பாப்போம். பாட்டி ஏதேதோ சொல்லுவா. நம்ம இரண்டு பேருமே அவ பேச்சை கேக்காம வீட்டைவிட்டுப் போனவங்கதானே? அம்மாவைப் பாப்போம். அப்புறம் என் இடத்துக்குப் போவோம். முடியுமானா முரளியைக்கூட அழைச்சுண்டு வந்திடுவோம்.”

“அதெல்லாம் முடியாது. என் இடம்னு ஏற்படற வரைக்கும் அவன் அங்கேதான் இருக்கணும்.”

“சரி, இருந்துட்டுப் போகட்டும். நீ எங்கூட வந்துடு.”

சாயா பேசாமல் இருந்தாள். பிறகு சொன்னாள், “நான் ஓங்கூட வந்தா எனக்கு நிம்மதியே இல்லாமல் போயிடறது. உனக்கும் உன் இஷ்டம்போல இருக்க முடியாம போயிடறது.”

“என் இஷ்டம் இருக்கட்டும். நீ இங்கே நிம்மதியா இருக்கயா?”

சாயா பதில் சொல்லவில்லை. சிறிது பொறுத்து, “என்ன செய்யணும்னு சொல்றேயக்கா?” என்றான்.

“வா அம்மாவைப் பாத்துட்டு வருவோம்.”

“நான் லீவுக்கெல்லாம் ஒண்ணும் சொல்லலே.”

“ஏன், சொல்லிடறது. ரொம்ப அசாத்தியமான காரியமா அது?”

“இல்லே.”

"என்னைச் சொல்லறியே, நீ மட்டும் அம்மாகிட்டே அம்மா வுக்குப் பிடித்தமான மாதிரி இருக்கயா?"

"யாரு யாருக்குப் பிடிச்சமாதிரி இருக்க முடியும்? அவா அவா தனிதான்."

"இதைத் தெரிஞ்சுண்டே நாம சேர்ந்திருக்க முடியாதா?"

சாயா ஜமுனாவை உற்றுப் பார்த்தாள். பிறகு, "நீ என் கண்ணெதிரே நாசமாப் போயிண்டிருக்கிறப்போ வெறுமனே இருக்க முடியறதா?" என்றாள்.

ஜமுனாவும் சிறிது பேசாமல் இருந்தாள். பிறகு, சொன்னாள், "நீ எனக்காக வருத்தப்படறேங்கறதுக்காவேதான் நான் உன்னைக் கூப்பிடறேன்னு தோணறது. நாம நாசமாப் போயிண் டிருக்கோம்னா போயிண்டிருக்கோம். இல்லேன்னா இல்லே. அது இப்போ எதுக்கு? வா, கிளம்பு."

சாயா எழுந்திருந்து கண்ணாடி முன் சென்றாள். தன் இரு கைகளையும் தூக்கித் தலைப் பின் கொண்டையைச் சரிப்படுத்திக்கொண்டாள். ஜமுனா ஓடிப்போய் சாயாவுக்கு முத்தமிட்டாள். "என் சாயா, என் சாயா," என்றாள்.

"அக்கா."

"போகலாம்."

சாயா தன் பவுடர் பெட்டி, சீப்பு, பிரஷ்ஷை ஜமுனா பக்கம் தள்ளி வைத்தாள். ஜமுனா அவைகளைப் பயன்படுத்தவில்லை.

சாயா கேட்டாள், "காப்பி சாப்பிட்டாயா?"

"ஆச்சு."

"நான் இன்னும் சாப்பிடலை, கீழே நம்ம இரண்டு பேரும் சாப்பிட்டுட்டுப் போகலாம்."

"சரி."

ஜமுனா சிறிது பொறுத்துக் கேட்டாள். "அம்மா எப்படி இருக்கா?"

"புத்தி சுவாதீனம் ரொம்பத் தவறிப் போயிடுத்து. நான் போய் அரைமணி நேரம்வரை நான்தான் நீன்னு பேசிண்டிருந்தா."

"நீ சொல்லிக்கூடவா?"

"நான் முதல்லியே சாயா வந்திருக்கேன்னு சொன்னேன். அவ அப்படியும் ரொம்ப நாழிவரை நீதான்னு பேசிண்டிருந்தா."

"பாவம் அம்மா."

"ரொம்பக் கஷ்டமாப் போயிடுத்து. படுக்கையிலேயே தான் எல்லாம். நான் போனப்பவே புடவையெல்லாம் நனைஞ்சு தான் இருந்தது. நானே மாத்திடலாமான்னுகூடப் பாத்தேன். ஆனா வேறே புடவை துணிமணி ஒண்ணும் கிட்டே இல்லாமே என்ன பண்ணறது?"

"பாட்டி மாமியெல்லாம் கிட்டே வரலியா?"

"நான் இருந்தவரைக்கும் யாரும் கிட்டே வரலை. ஆனா நான் அம்மாவைப் பாத்துட்டு வந்தப்புறம் பாட்டி இறை இறைன்னு இறைஞ்சா."

"என்னன்னு?"

"பழைய கதைதான், பெத்தவளைப் பாத்துக்க துப்பில்லாமெ எங்கிட்டெ தள்ளிட்டு ஊர் மேயப் போறேளான்னு இறைஞ்சா. குழந்தை குட்டிகளெல்லாம் இருந்தது. அவ இறைஞ்சுண்டே இருந்தா."

"முரளி இல்லையா?"

"யாரோ வெளியிலே அழைச்சுண்டு போயிருநதா போலேயிருக்கு. எனக்குக் கேட்கக்கூடப் பயமாயிருந்தது."

ஜமுனா சாயாவின் கைகளைப் பிடித்துக்கொண்டாள். சாயா மீண்டும் தன்னை நிதானப்படுத்திக்கொண்டு சொன்னாள்.

நீ உன் வாழ்க்கையைப் பாத்துக்கணும்னு வெளியிலே வந்தே. "ஒரு விதத்திலே பாட்டி, மாமா, மாமி சொல்லறதெல்லாம் நியாயம்தானே? நான் என் வாழ்க்கையைப் பாத்துக்கணும்னு வெளியிலே வந்தேன். அம்மாவைப்பத்தி யாரு நினைச்சோம்? யாரு கவலைப்பட்டோம்?"

"ஆனா அம்மா மட்டும் பாட்டிகூட சேந்துண்டு எப்படியெல்லாம் பேசினா? மாமா எப்படியெல்லாம் பேசினா? ஒரு வினாடி அங்கே சேர்ந்து இருக்க முடியாதுன்னுதானே செஞ்சா?"

"என்ன சொன்னாலும் அம்மாவை இந்த அளவுக்காவது அவர்கள்தானே பாத்துக்கறா?"

சாயா தயாராகிக் கிளம்பிவிட்டாள். ஜமுனா கேட்டாள், "ரூமைப் பூட்ட வேண்டாமா?"

"அந்தப் பெண்ணுக்குப் பத்துமணி ஆபீஸ். அவகிட்டே சொல்லிவிட்டு வந்துடறேன்."

சாயா வெளியே போனவள் இரு நிமிடங்களில் அந்தப் பெண்ணுடன் வந்தாள். ஜமுனாவைக் காட்டி, "எங்க அக்கா," என்றாள்.

அந்தப் பெண் கை குவித்தாள்.

ஜமுனாவும் சாயாவும் மாடிப்படி இறங்கிக் கீழே வந்தார்கள். ஹாஸ்டலில் சாப்பிடும் இடத்திற்குப் போய் காப்பி சாப்பிட்டார்கள். இருவரும் வெளியே சாலைக்கு வந்தபோது போக்குவரத்து மும்முரமாக இருந்தது. டாக்ஸி கிடைக்கப் பத்து நிமிடங்கள் காத்திருக்க வேண்டியிருந்தது. டாக்ஸி கிடைத்து அதில் ஏறி உட்கார்ந்து அது கிளம்பியவுடன், வெகு நேரமாக அடக்கிக்கொண்டு அடக்க முடியாமல் போனவுடன் கேட்பது போல், சாயா ஜமுனாவைக் கேட்டாள்.

"பாஸ்கர ராவ் அப்புறம் வந்தானா?"

ஜமுனா, "இல்லை", என்றாள்.

"மறுபடியும் வருவானா?"

ஜமுனா பதில் பேசாமல் இருந்தாள்.

டாக்ஸி மேற்கொண்டு விரைந்தது.

கேட்டைத் திறந்துகொண்டு ஜமுனாவும் சாயாவும் உள்ளே அடியெடுத்து வைத்தார்கள். அப்போது மாமா பூப்பறித்துக்கொண்டிருந்தது தெரிந்தது. முரளி அவர் பக்கத்தில் நின்றுகொண் டிருந்தான். "சாயாவா?" என்று மாமா கேட்டார்.

"ஆமாம், மாமா," என்று சாயா பதில் சொன்னாள்.

"சௌக்கியமா? முரளி, அம்மாடா."

முரளி மாமாவின் வேஷ்டியைப் பிடித்தபடி நின்றான். சாயா ஒரு எட்டில் போய் அவனைத் தூக்கிக்கொண்டாள். முரளி அவள் முகததைப் பார்த்தபடி இருந்தான்.

"எங்கே வந்தே?"

"அம்மாவைப் பாக்க வந்தேன், மாமா."

"இரண்டு நாள் முன்னாலேயே ஜமுனாவுக்கும் உனக்குமா சொல்லியனுப்பிச்சிருந்தேன்."

"அவளும் வந்திருக்கா, மாமா."

"கொஞ்ச நாழி இருக்கலாமா?"

"நான் இன்னிக்கு லீவு போட்டிருக்கேன், மாமா."

"சரி, அம்மாவைப் பாத்துட்டு வா, உங்களோட கொஞ்சம் பேசணும். வெங்கட்கிட்டேந்து கடுதாசு வந்ததா? அவன்கூட மெட்ராஸ் வரப்போறதா யாரோ சொன்னா."

"ஆமாம்."

"சரி, அம்மாவைப் போய்ப் பாரு. நேத்திக்கு உனக்கு உடனே பஸ்கிடைச்சுதா?"

"உம், கிடைச்சுது."

"மழைக்கு முன்னாலே வீடுபோய்ச் சேர்ந்தயா?"

"இல்லை, மழை வந்துடுத்து."

"ராத்திரி இங்கேயே இருந்துட்டுப் போயிருக்கலாம்."

சாயா பதில் சொல்லவில்லை. முரளியின் முகத்தைத் தடவி முத்தம் கொடுத்தாள். அவன் அவளை ஆரம்பத்தில் பார்த்த படி அப்படியே பார்த்துக்கொண்டிருந்தான்.

பத்து வயதுப் பெண் ஒருத்தி வீட்டுக்குள்ளேயிருந்து வெளியே வந்து, "அப்பா, அம்மா கூப்பிடறா," என்றாள்.

"இதோ வரேன். பூப்பறிச்சுண்டிருக்கேனே, முடிச்சுட்டு வரேன்," என்று மாமா சொன்னார்.

"சசி," என்று சாயா கூப்பிட்டாள். அந்தப் பெண் அப்படியே வீட்டுப் படியில் நின்றபடியிருந்தாள். ஜமுனா அவளிடம் சென்று அவளை அணைத்துக்கொண்டாள். சசி அந்த அணைப்பை ஜாக்கிரதையாக ஏற்றுக்கொண்டாள். முரளி சாயாவின் பிடியி லிருந்து "அக்கா," என்று சொல்லிய வண்ணம் சசியின் பக்கம் சாய்ந்தான்.

"என்னோட பேசமாட்டயா, சசி!" என்று சாயா கேட்டாள். சசி லேசாகப் புன்முறுவலித்தாள். மாமாவைத் தவிர எல்லாரும் வீட்டினுள் சென்றார்கள். வீடு அந்த நேரத்திலும் சிறிது இருட்டாகத்தான் இருந்தது. முரளி முயற்சி செய்து சாயாவிட மிருந்து கீழே இறங்கிக்கொண்டுவிட்டான். ஹாலையடுத்த தாழ்வாரத்தில் ஒரு கட்டில் போட்டிருந்தது. சாயாவும் ஜமுனா வும் அதனருகே சென்றார்கள். சாயா, "அம்மா, அம்மா," என்று அழைத்தாள்.

அம்மா வாயைத் திறந்தபடி தூங்கிக்கொண்டிருந்தாள். அவள் முகமெல்லாம் மிகவும் உப்பியிருந்தது. ஜமுனா கட்டில் பக்கத்தில் மண்டியிட்டு உட்கார்ந்துகொண்டு, "அம்மா," என்று கூப்பிட்டு அம்மாவின் நெற்றியையும் தலையையும் தடவிக் கொடுத்தாள். அம்மா கண் திறந்து பார்த்தாள். சசி ஒரு நாற்காலி கொண்டு வந்து சாயாவின் பக்கம் வைத்தாள். பிறகு அவள் உள்ளே போனாள்.

அம்மா ஜமுனாவைப் பார்த்து, "சாயாவா?" என்று கேட்டாள்.

“இதோ சாயா வந்திருக்கா” என்று ஜமுனா சாயாவைக் காண்பித்தாள். அம்மா, “நீ யாரு?” என்று கேட்டாள்.

“நான் தான் ஜமுனாம்மா,” என்று ஜமுனா சொன்னாள்.

“நீ சாயா இல்லை? கார்த்தாலே நீ தானே வந்தே?”

“இல்லேம்மா. நான்தான் நேத்திக்க வந்திருந்தேன், இதோ பார், ஜமுனா வந்திருக்கா.”

“நேத்திக்கா? முந்தாநேத்திக்குன்னா நீ வந்திருந்தே?”

“இல்லேம்மா,” என்று சாயா சொன்னாள். பிறகு, “ஆமாம், ஆமாம்,” என்றாள்.

“ஏண்டி என்னைத் திரும்பிப் பாக்காதபடி எங்கேயோ போயிடறேள்?”

“இல்லேம்மா இங்கேயேதானே இருக்கோம்?”

அம்மாவுக்கு இரைக்க ஆரம்பித்தது. அப்போது உள்ளேயிருந்த மாமி வந்தாள். “ஏண்டி எப்போ வந்தேள்?” என்று கேட்டாள்.

“இப்போ தான் மாமி. இப்போ தான் வந்தோம்,” என்று ஜமுனா சொன்னாள.

“கார்த்தாலே வரப்போறோம்னு முன்னேயே சொல்லி யிருக்கக்கூடாது? குழந்தைகளுக்குச் சமைக்கறப்பவே உங்களுக்கும் சேத்து சமைச்சிருப்பேனோல்லியோ?”

“பரவாயில்லே, மாமி. நான் ஆபீஸ் போகணும்,” என்று சாயா சொன்னாள்.

அப்போது பதினேழு பதினெட்டு வயதிருக்கும் பையன் ஒருவன் கோடுபோட்ட பைஜாமா மட்டும் அணிந்து, “அம்மா, எனக்கு இப்போ சாதம் போடறியா இல்லையா?” என்று சொல்லியபடி வந்தான்.

“எட்டு மணிக்கு என்னடா சாதம்?” என்று மாமி கேட்டாள். ஜமுனா முகத்தை வேறு பக்கம் திருப்பிக்கொண்டிருந்தாள். சாயா அப்பையனைப் பார்த்து, “ரங்கா,” என்று கூப்பிட்டாள்.

அவன் நின்ற இடத்திலிருந்தே, “எப்போ வந்தே?” என்று கேட்டான்.

இன்னும் யாரோ கொல்லைப்புறத்திலிருந்து கூப்பிடும் சப்தம் கேட்டது. “நான் போறேன். எனக்குத் தலைக்கு மேலே வேலையிருக்கு” என்று மாமி சொன்னாள். உள்ளே போய்க்

கொண்டிருந்தபடி "டேய், ரங்கா வா இப்படி" என்றாள். ரங்கா அவளைத் தொடர்ந்து உள்ளே போனான்.

படுக்கையில் படுத்தபடியே அம்மா முனகிக்கொண்டே அசையப் பார்த்தாள். ஜமுனா போர்வையை விலக்கினாள். அம்மா, "ம், ம்" என்று முனகினாள். அவளுடைய பெரும் உடலுக்கடியில் இருந்த சாக்கு விரிப்பு ஈரமடைந்து நாற்றமடித்துக்கொண்டிருந்தது. ஜமுனா மெதுவாக அம்மாவைப் பிடித்து உட்கார வைத்தாள். அம்மா உட்கார்ந்தபடி பெரிதாக மூச்சுவிட்டுக் கொண்டிருந்தாள். சாயா அம்மாவைப் பார்த்தபடியே நின்றுகொண்டிருந்தாள். ஜமுனா வெளியே சென்று மாமாவிடம் போய், "மாமா, அம்மாவோட மாத்துப் புடவையெல்லாம் எங்கே வைச்சிருக்கு?" என்று கேட்டாள்.

"உள்ளேதான் இருக்கும். மாமியைக் கேளேன். இல்லேன்னா சசியைக் கேளு, எடுத்துத் தருவா," என்று மாமா சொன்னார்.

ஜமுனா மீண்டும் தாழ்வாரத்துக்கு வந்தாள். சாயாவின் மீது சாய்ந்தபடி அம்மா இருந்தாள். ஜமுனா தயங்கியபடி தாழ்வாரத்தையடுத்த ரேழிக்குச் சென்றாள். அவள் தயங்கியதற்குத் தகுந்தபடி "அங்கேயே நில்லு" என்று ஒரு குரல் கேட்டது. ரேழியில் முதல் அறையில் நிறைய கடவுள் படங்கள் இருந்தன. அங்கே பாட்டி கையில் ஒரு ஸ்படிக மாலையுடன் உட்கார்ந்திருந்தாள். "அங்கேயே நில்லு" என்று அவள் சொன்னாள். ஜமுனா, "நீங்க இங்கே இருக்கேளா, பாட்டி?" என்று கேட்டாள்.

"பின்னே நான் எங்கே இருப்பேன்? உள்ளே வராதே. அங்கேயே நில்லு."

"அம்மா புடவையெல்லாம் எங்கே இருக்கு?"

"அம்மா புடவையைக் கேக்க வந்துட்டியா? போடி வெளியிலே!"

ஜமுனா அசையாமல் நின்றாள். பாட்டி அவளை முறைத்துப் பார்த்துவிட்டு, "ஜானகி, ஏய் ஜானகி!" என்று கூப்பிட்டாள். "என்னம்மா?" என்று மாமி உள்ளேயிருந்து குரல் கொடுத்தாள்.

"இது என்னமோ கேக்கறது இங்கே வந்து."

"காலை வேளையிலே வேலையும் கையுமா இருக்கிறப்போ ஏம்மா சளசளன்னு கூப்பிட்டுண்டே இருக்கீங்க? நான் சோத்தை வடிச்சு எல்லாரையும் ஸ்கூலுக்கு ஆபீஸுக்கு அனுப்ப வேண்டாம்?" என்று கேட்டபடி மாமி வந்தாள். ஜமுனாவைப் பார்த்து, "என்ன வேணும்?" என்று கேட்டாள்.

“அம்மாவுக்குப் புடவை” என்று ஜமுனா சொன்னாள்.

“இன்னும் கொஞ்சம் பொறுத்து சங்கரம்மா வந்து எல்லாம் செய்வா. இப்போ யாரையும் தொந்தரவு பண்ணாதீங்கோ” என்று மாமி சொல்லிவிட்டு மீண்டும் உள்ளே போய்விட்டாள். ஜமுனா அம்மாவிடம் வந்தாள். அம்மா இப்போது அவளாகவே உட்கார்ந்திருந்தாள். அம்மா, “முரளிக்கு ஒரு பஜ்ஜி கொடுக்கச் சொல்லுடி” என்றாள்.

ஜமுனா, “சரியம்மா,” என்றாள்.

“பஜ்ஜிக்குப் போய் யாராவது பயறு நனைப்பாளோடி? இரண்டு படி உங்க பாட்டி நனைச்சு வைச்சு உக்காந்து அரைடீன்னா. இரண்டு படி பயறு. நான் சின்னப் பொண்ணு, புக்காம் வந்து நாலு மாசம் ஆகல்லே. அந்தக் கிழவி இரண்டு படி நனைச்சு என்னை அரைடீன்னா. உங்கப்பாவும் வாயைத் திறக்கல்லே. உங்க அத்தைகளும் வாயைத் திறக்கல்லே. இரண்டு படி பயறு. உரலும் ஆட்டுக்கல்லும் பாதி ஆள் உசரம் இருக்கு. அரைடீன்னா. இரண்டு படி பயறு. உக்காந்துண்டுகூட சுத்த முடியலை. நின்னுண்டே அரைச்சிண்டிருந்தேன். உங்கப்பாவும் வாயைத் திறக்கல்லே. உங்க அத்தைகள் தாத்தா யாரும் வாயைத் திறக்கல்லே. இரண்டு படி.”

“அம்மா, கொஞ்சம் நகர்ந்துக்கறயா? இந்தச் சாக்கை எடுத்துடறேன்.”

“சாக்கை எடுத்தா அடியிலே ரப்பர் ஷீட் இருக்குடி. நீ பொறந்தப்போ ஒரு ரப்பர் ஷீட் வாங்கிக் கொடுத்தார். அதிலே பாதி உங்க பாட்டி எடுத்துண்டா. வேறே துணிமணி ஒண்ணும் கிடையாது. ஒன்னைத் துடைச்சு அப்படியே ஜில்லுன்னு ரப்பர் ஷீட்டுலே போடுவேன். ஒரு துணி கொடுங்கோன்னு கெஞ்சுவேன். யாரும் துணி தரமாட்டா. நான் கட்டிக்கிற புடவையையே மடிச்சுப் போடுவேன். இரண்டு மாசத்துக் குழந்தைக்கு ஒரு துணி இரண்டு துணி எப்படிப் போதும்? அது உடனே நனைஞ்சு போயிடும். யாரும் துணி தரமாட்டா. குழந்தை ஈரத்துலேயே கிடந்து புரளும்.”

ஜமுனா அம்மாவின் பின்புறம் சென்று தோளைப் பிடித்துக் கொண்டாள். “சாயா, அந்தச் சாக்கைக் கொஞ்சம் பிடிச்சிழு” என்றாள்.

“என்னை ஏண்டி பிடிச்சுத் தூக்கறே? என்னைத் தூக்காதேடி, ஜமுனா. சங்கரம்மா வந்து வீடு பெருக்கிட்டு என் துணியை

மாத்திப் போடுவா. இரண்டு படி பயறை நின்னுண்டே அரைச்சேன்.”

பாட்டி ஜபம் முடித்துத் தாழ்வாரத்துக்கு வந்தாள். அவள் ஒல்லியாக உடம்பு வற்றியிருந்தாள் “என்னைக் கேக்காதே கொள்ளாதபடி எப்படிடீ இந்த வீட்டுள்ளே காலடி வைச்சேள்?” என்று கேட்டாள்.

அம்மா பாட்டியிடம் சொன்னாள், “இரண்டு படி பயறு நனைச்சு பஜ்ஜி பண்ணுடீன்னாம்மா. பஜ்ஜிக்கு யாராவது பயறை நனைப்பாளா? நான் இரண்டு படி பயறையும் நின்னுண்டே அரைச்சேன். ஒத்தர் கிட்டே வரலை. கையெல்லாம் வீங்கிப் போயிடுத்து.”

“ஏய் குட்டிகளா! போங்கோ வெளியிலே! சும்மாக் கிடந்தவளைக் கிளப்பி விட்டுவிட்டு வேடிக்கை பாத்துண்டு நிக்கறேளே? இன்னி முழுக்க ஓயாது. அவ புலம்ப ஆரம்பிச்சுட்டா. போங்கடி உங்க வேலையைப் பாத்துண்டு. ஊர் சுத்தப்போற நாய்களுக்கு வீடுகளிலே என்ன வேலை?”

பாட்டி கத்த ஆரம்பித்ததும் ரங்கா வந்தான். “தயவு செய்து லொள்ளி வைக்காதே இப்போ, பாட்டி. யார் வந்தா யார் போனா உனக்கென்ன?”

“நீ யாருடா எங்கிட்டே சொல்றது? சீ போடா வெளியிலே!”

“நீ இருந்துண்டு எல்லாரையும் வெளியிலே போ, வெளியிலே போன்னு கத்திண்டிருப்பயா?”

இதற்குள் மாமி மாமா இருவரும் வந்துவிட்டார்கள். மாமா தன் அம்மாவைப் பார்த்து, “என்னம்மா?” என்று கேட்டார். மாமி அதற்குள், “தினம் இதே ரோதனையாப் போயிடுத்து. நான் இருந்து உங்களுக்குப் பண்ணிப் போடணும். உங்க அம்மாவுக்குப் பண்ணிப் போடணும். உங்க அக்கா தங்கையெல்லாம் அழைச்சுண்டு வந்து இங்கே கூட்டம்போட்டா என் வழி என்ன? அவாவா இடத்திலே அவாவா இருந்தாதான் சரியாயிருக்கும் என்ன ஒரு நாளா இரண்டு நாளா? வருஷக் கணக்கிலே நான் இப்படி எல்லாருக்கும் உழைச்சுப் போட்டுண்டு இருக்க முடியுமா? இன்னும் எவ்வளவு நாள் சொல்லுங்கோ. நான் வாயை மூடிண்டு இருக்கேன்.”

மாமா, “போடி உள்ளே. நீ போ உள்ளே. நான் சொல்லறேன்,” என்றார்.

“நான் போறேன். நான் போறேன். போறேன். ஒரேயடியாப் போயிடறேன். என் குழந்தை குட்டிக வாய்க்குச் சோறு கிடைக்காமே தெருத் தெருவாப் பறக்கட்டும்.”

ஜமுனாவின் அம்மா பேச ஆரம்பித்தாள். “அப்படித்தாண்டிம்மா நான் பறந்தேன். இரண்டு படி பயறை நின்னுண்டே அரைச்சுட்டு ஒரு வாய் பஜ்ஜிகூட திங்காமே தவிச்சேன். இரண்டு படி பயறு.”

“வேண்டாம்மா. உனக்கு ரொம்ப இரைக்கிறது,” என்று ஜமுனா சொன்னாள். மாமா, “அவ துணியெல்லாம் எங்கே எடுத்து வைச்சிருக்கேள்? அவ ராத்திரிலேந்து எவ்வளவு நாழி ஆபாசத்திலே கிடந்து புரண்டுண்டு இருப்பா?” என்று கேட்டார். மாமி வாய்க்குள் வைதபடி உள்ளே போனாள். சிறிது நேரத்திற்குப் பிறகு ரங்கா உள்ளே போனான். அவன் போனபின் சசி ஒரு புடவையைக் கொண்டு வந்து ஜமுனாவிடம் கொடுத்தாள். மாமாவும் ஜமுனா சாயாவருகே சென்றார். அப்போது பாட்டி கேட்டாள், “ஏண்டா பறிச்ச பூவெல்லாம் எங்கே?”

“எல்லாம் வெளியிலேயே வைச்சிருக்கேன்” என்று மாமா சொன்னார்.

“வெளியிலே வைச்சிருக்கேன்னா?”

“போய் எடுத்துக்கோம்மா.”

“குளிச்சுத் தொலைச்சுட்டு அதுக மேலே போய் விழாதே.”

“நான் இன்னும் குளிச்சுத் தொலைக்கல்லே.”

“எக்கேடு கெட்டுப்போ.”

பாட்டி போனபின் மாமா ஜமுனாவையும் சாயாவையும் கடுமையாகப் பார்த்து, “இரண்டுலே ஒண்ணு முடிவு பண்ணணும். என்னாலே இந்த வீட்டிலே ஒரு நிமிஷம் இருக்க முடியலே.” சாயா அழ ஆரம்பித்தாள். ஜமுனா, “அழாதே அழாதே” என்றாள்.

அம்மாவும், “அழறியா? அழறதே பிரயோசனமில்லேடி. அழுதுண்டிருந்தா காரியம் ஆயிடுமா? இரண்டு படி பயறை ஊறப் போட்டு அரைன்னு சொன்னா அந்த மகராஜி. நின்னுண்டே அரைச்சேன்.”

மாமா, “இப்போ யாரைச் சொல்லறது?” என்றார். பிறகு “அம்மாவுக்குப் புடவை மாத்தப் போறேளா?” என்று கேட்டார். அப்போது அம்மா சிறிது நகர்ந்தாள். மாமாவின் கேள்விக்குப் பதில் படுக்கையில் சகிக்க முடியாதபடி இருந்தது. மாமா பின் புறமாக ஜமுனாவின் அம்மாவைப் பிடித்துச் சிறிது தூக்க,

ஜமுனா அம்மாவின் புடவையையும் சாக்கு விரிப்பையும் உருவிப் போட்டாள். நனைந்த புடவை கொண்டே அம்மாவின் இடுப்பு, துடைகளைத் துடைத்தாள். மாற்றுப் புடவையைச் சாயா அம்மா மீது சுற்றினாள். அம்மா தொப்பென்று சாய்ந்துவிட்டாள்.

"அவ கொஞ்சம் நாழி படுத்திண்டிருக்கட்டும். நீங்க ரெண்டு பேரும் கொஞ்சம் வெராண்டாவுக்கு வாங்கோ." என்று மாமா சொன்னார். மாமாவைத் தொடர்ந்தபடி ஜமுனாவும் சாயாவும் போனார்கள்.

"அம்மாவைப் பாத்தேளா?" என்று மாமா கேட்டார்.

"ம்" என்று ஜமுனா சொன்னாள்.

"எவ்வளவு நாளா இப்படி சம்பந்தா சம்பந்தமில்லாமே பேச ஆரம்பிச்சிருக்கா? போன தடவை இப்படி இல்லையே?" என்று ஜமுனா கேட்டாள்.

"போன தடவைன்னு நீ சொல்லறது எவ்வளவு மாசமாகி யிருக்கும்? தினம் வந்துட்டுப் போறவ மாதிரின்னா நீ பேசறே?" என்று மாமா சொன்னார்.

"அதுக்கில்லே மாமா. இப்போ அம்மாவுக்கு ஒண்ணுமே தெரியாத மாதிரி இருக்கே – அதுக்குத்தான் கேட்டேன்."

மாமா சிறிது நேரம் பேசாதிருந்தார். பிறகு சொன்னார், "இன்னும் ரொம்ப நாள் போகாதுன்னு தோணறது."

ஜமுனா சாயா இருவரும் பதிலளிக்கவில்லை.

"சீக்கிரமே ஒரு செட்டில்மண்ட் பண்ணிட்டா தேவலை– அம்மா இருக்கிறப்பவே."

"செட்டில்மண்ட் எல்லாம் பண்ணணுமா?" என்று ஜமுனா கேட்டாள்.

"நீங்க வேண்டாம்னாக்கூட நாளைக்கு உங்க புருஷன்னு வரவன் எங்கே எங்க பங்குன்னு கேக்க வருவான். உங்களோட பேசிக்கலாம். மூணாவது ஆள்கிட்டே பேசிக்கறது சங்கடமாப் போயிடும்."

"என்ன பண்ணணும்னு சொல்றேளோ அதைச் செய்யறோம், மாமா."

"நான் தனித் தனியாப் பத்திரம் எழுதித் தரேன், கையெழுத்துப் போட்டுக் கொடுத்திடுங்கோ. எல்லாம் அம்மா இருக்கிறப்பவே செஞ்சா நல்லது."

"அம்மாவைக் கேட்டேளா?"

"அம்மாவைக் கேட்டு என்ன செய்ய முடியும்? அதே சமயத்தில் அவளை விட்டுட்டும் ஒண்ணும் செய்ய முடியாது."

"எங்களுக்கு இதெல்லாம் ஒண்ணும் தெரியாது, மாமா நீங்க பண்ணினா எங்களுக்கு நல்லதுதான் பண்ணுவீங்க."

"அம்மா—அதான் உங்க பாட்டி—உங்களுக்குச் சல்லிக் காசு கொடுக்கக்கூடாதுன்னு தீர்க்கமாயிருக்கா. எனக்கு அது சரியில்லேன்னு படறது. உங்கம்மாவும் போயிட்டா முழுக்க முழுக்கப் பாட்டி சொல்றபடிதான் நடக்க வேண்டியிருக்கும். பாட்டி சுபாவம்தான் உங்களுக்கு நன்னாத் தெரியும்."

"பாட்டிக்கு நாங்க அவ்வளவு பெரிய சத்துருக்களாகப் போய்விட்டோம்."

"பாட்டிக்கு எல்லாரும் என் மாதிரி அவ சொன்னதையேக் கேக்கறவாளாயிருக்கணும். நீங்க அப்படி இல்லையோல்லியோ? எனக்கு இப்போ அறுபது வயசாகப் போறது."

சாயா ஜமுனா இருவரும் பேசாமலிருந்தார்கள்.

"மறுபடியும் எப்போ வரேள்? இன்னிக்கு இருந்து சாப்பிட்டுட்டுப் போறேளா?"

"வேண்டாம் மாமா. நாங்க போறோம். நான் போறேன். நீ இருக்கறதுன்னா இரு, அக்கா."

"மாமி ஏதாவது சொல்றான்னு நினைச்சுக்கக்கூடாது. உங்க அம்மா காரியங்களை நான் ஒண்ணும் செய்ய முடியலை. யாராவது பொம்பளைதான் செய்யவேண்டியிருக்கு. முடிஞ்ச வரைக்கும் உங்க மாமிதான் செய்யறா."

"இன்னும் கொஞ்ச நாளைக்கு முரளியைக் கொஞ்சம் அன்பாப் பாத்துக்கோங்கோ, மாமா. நான் சீக்கிரமே அவனை அழைச்சிண்டு போயிடறேன்."

"மறுபடியும் மழை வரும் போலேயிருக்கு. நாலஞ்சு நாள் மழை பெய்ஞ்சதிலே பூமி குளிந்திருக்கு."

"ஆமாம், மாமா—"

ரங்கா காலேஜுக்குப் போவதற்குத் தயாராக வந்தான். அவனுக்கு ஜமுனா சாயா இருவரும் ஒதுங்கி வழிவிட்டார்கள். அவன் அவர்களை ஏறிட்டுப் பார்க்காமல் வெளியே போனான். அவனைத் தொடர்ந்து சசி வந்தாள். அவள் சாயா ஜமுனாவைப்

தண்ணீர்

பார்த்து லேசாகப் புன்முறுவல் செய்துவிட்டுப் பள்ளிக்கூடத்திற்குப் போனாள். அவளையும் தொடர்ந்து முரளி வந்தான். இம்முறை அவனை சாயா வாரியெடுத்துக் கொள்ளவில்லை.

மாமா வெராண்டாவிலிருந்தபடியே, "குடை கொண்டு போறியா?" என்று தெருவில் அடியெடுத்து வைத்த சசியைக் கேட்டார். அவள் வேண்டாம் என்று முகத்தைச் சுணக்கிவிட்டு ஓட்டமாக ஓடினாள்.

"சரி, உள்ளே வந்துதான் உக்காந்துட்டுப் போங்கோ" என்று மாமா சொன்னார். ஜமுனாவும் சாயாவும் உள்ளே வந்தார்கள். அம்மா ஒரு கிண்ணத்திலிருந்து நீர்க்க இருந்த ரசம் சோற்றைச் சாப்பிட்டுக்கொண்டிருந்தாள். ஜமுனா சாயாவைப் பார்த்து, "பஜ்ஜி எடுத்துக்கிறேளாடி?" என்று கேட்டாள்.

அப்போது கொல்லைப்புறத்திலிருந்து, "இதோ இங்கே வாங்களேன்!" என்று குரல் கேட்டது. மாமா, ஜமுனா சாயா எல்லாரும் உள்ளே கொல்லைப்புறம் போனார்கள். பாட்டி கால் சறுக்கி கிணற்றடியில் விழுந்திருந்ததற்குத்தான் மாமி கத்திக்கொண்டிருந்தாள்.

அசோகமித்திரன்

மனைவி விழித்துக்கொண்டாள். அவள் துப்பட்டியை உதறித் தள்ளியபோது அவள் வளையல்கள் லேசாக ஒலி எழுப்பின. உடனே கணவன் கேட்டான்: "மழையா?"

அவள் பதில் சொல்வதற்கு அவசியமில்லாமல் ஓட்டுக் கூரையில் சொளசொளவென்று சப்தம் வந்துகொண்டிருந்தது. அவளும் சொன்னாள், "ஆமாம்."

மனைவி கணவன் இருவரும் எழுந்தார்கள். கணவன் கேட்டான், "விளக்கேத்தறயா?"

அரைத் தூக்கமாக இருந்தாலும் அவள் அதிகம் தட்டுத்தடுமாறாமல் நெருப்புப் பெட்டியைக் கண்டெடுத்து ஒரு சிறு விளக்கை ஏற்றினாள். கணவன் குடையை எடுத்துக்கொண்டான்.

மனைவி சுறுசுறுப்பாக இரு தகர டப்பாக்களை எடுத்தாள். காலி கிரசினாயில் டப்பாக்கள். அந்த பழைய டப்பாக்கள் நான்கரை ரூபாய் பேரம் பேசி வாங்கியது.

ஒரு கையில் குடையும் இன்னொரு கையில் அந்த இரு டப்பாக்களையும் பிடித்தபடி கணவன் கதவைத் திறந்து வெளியே போனான். மழை வலுவாக அடிக்க ஆரம்பித்துக்கொண்டிருந்தது. அவன், வீட்டுச் சுவரோரமாகச் சென்று ஓரிடத்தில் நின்றான். அந்தப் பக்கத்தில் வீடு மச்சுக் கட்டிடமாக இருந்தது. மொட்டை மாடியில் விழும் மழைத் தண்ணீர் கீழே விழுவதற்கென்று ஒரு குழாய் மேலேயிருந்து நீட்டிக்கொண்டிருந்தது. மழை சிறிது அதிகமானதும் அந்தக் குழாய் வழியாக மேலேயிருந்து பெரிய தாரையாக மழைத் தண்ணீர் கொட்டியது.

அவன் ஒரு டப்பாவை அந்தத் தாரைக்கு அடியில் வைத்தான். மழைத் துளிகளுடன் அந்தத் தாரைத் தண்ணீர் தகர டப்பாவின் அடியைத் தாக்கி ஏகமாகச் சப்தமெழுப்பியது. டப்பாவில் சிறிது தண்ணீர் சேர்ந்தவுடன் சப்தம் சிறிது குறைவாக வர ஆரம்பித்தது.

அவன் இன்னொரு டப்பாவை எடுத்துக்கொண்டு வீட்டின் இன்னொரு புறத்திற்குச் சென்றான். அதற்குள் அங்கு வேறு யாரோ அந்தப் பக்கத்து மழைத் தண்ணீர் குழாய்க்கடியில் பாத்திரம் வைத்துவிட்டார்கள்.

குடையின் ஆரக் காம்பு நுனிகளில் தண்ணீர் சொட்ட, அவன் தன் குடித்தன அறைக்குள் வந்தான். மனைவி கேட்டாள். “ஏன் இந்த டின்னையும் வைச்சுட்டு வரலை?”

“ஒண்ணுக்குத்தான் இடம் கிடைச்சது.”

“இதுக்குள்ளே ரொம்பியிருக்கும் போங்கோ.”

அவன் தயங்கினான். பிறகு மீண்டும் குடையைச் சாய்த்துக் கொண்டு கிளம்பினான்.

“இந்த டின்னையும் கையோடு கொண்டு போங்கோ. அதை எடுத்துண்டு இதை வைச்சுட்டு வரலாம்.”

“நீயே தூக்கிண்டு ஓழி,” அவன் குடையை டப்பாவைப் பார்த்து எரிந்தான். குடை விரிக்கப்பட்டிருந்ததால் ஆடிக்கொண்டு வேறெங்கோதான் தரையை அடைந்தது.

மனைவி கணவனை ஒரு தடவை முறைத்துப் பார்த்தாள். பிறகு அவளே குடையையும் டப்பாவையும் எடுத்துக்கொண்டு இருட்டில் வெளியே போனாள். அவளுக்குக் கணவன் எந்த இடத்தில் டப்பாவை வைத்திருக்கிறான் என்று தெரியாததால், வேறொருவர் பாத்திரம் வைத்த இடத்திற்குத்தான் போனாள். குடையைச் சரியாகப் பிடித்துக்கொள்ள முடியாததால் அவள் புடவை முழங்காலுக்கடியில் வெகு சீக்கிரத்தில் நனைந்து தடுக்கவும் ஆரம்பித்தது. அவள் புடவையை இழுத்து இடுப்பில் செருகிக்கொண்டு தண்ணீர் தாரையாக விழும் இடத்திற்குச் சென்றாள். அந்த இருட்டிலும் அவளுக்குக் கண் நன்றாகத் தெரிந்தது. அங்கே வைத்திருந்த பாத்திரம் பாதி நிரம்பியிருந்தது. அவள் ஒருமுறை அங்குமிங்கும் கண்ணையோட்டிவிட்டு அந்தப் பாத்திரத்தின் தண்ணீரைத் தன் டப்பாவுக்குள் விட்டுக் கொண்டாள். காலிப் பாத்திரத்தை மீண்டும் தாரையடியில் வைத்துவிட்டுத் தன் டப்பாவுடன் வீட்டின் மறுபுறத்திற்குச்

சென்றாள். இப்போது அவள் இன்னும் அதிகமாக நனைய ஆரம்பித்தாள்.

அவள் டப்பா இருந்த இடத்தில் இப்போது இன்னும் இரண்டு மூன்று பக்கெட்டுகள் இருந்தன. ஒரு கிழவர் தலையில் மட்டும் துணியைப் போட்டுக்கொண்டு மழைத் தண்ணீர் நிரம்பிய ஒரு பக்கெட்டைத் தூக்கிக்கொண்டு போனார். இவள் தன்னுடைய மாற்று கிரசினாயில் டப்பாவை வைப்பதற்குள் இன்னொரு வயதான பெண்மணி, “எல்லாம் நீங்களே எல்லாத் தண்ணியையும் எடுத்துக் கொட்டிண்டு போயிட்டா மத்தவா எல்லாரும் என்ன பண்ணறது?” என்று சொல்லி, இவளை இரண்டாம் டப்பாவை முழுதும் நிரப்பிக்கொள்ள விடவில்லை. இரு கையில் இரு டப்பாக்களை தூக்கிக்கொண்டு குடையைக் கழுத்தில் இடுக்கிக்கொண்டு இவள் தன் பகுதியை அடைவதற்குள் முழுதும் நனைந்துவிட்டாள். கணவன் அதற்குள் மீண்டும் படுத்துக்கொண்டுவிட்டான்.

இரு டப்பாத் தண்ணீரையும் மூலையில் வைத்துவிட்டுப் புடவையை அப்படியே பிழிந்துகொண்டாள். அதனால் அதிக மாறுதல் ஏற்படப் போவதில்லையென்று தோன்றி விளக்கைத் தணித்துவிட்டுப் புடவையைக் களைந்துவிட்டு வேறு புடவை எடுத்துக் கட்டிக்கொள்ள ஆரம்பித்தாள். அடக்கமுடியாமல் ஒருமுறை தும்மினாள்.

கணவன் புரண்டு படுத்தான். மனைவி மறுபடியும் தும்மினாள். கணவன் வெறியோடு எழுந்து மனைவியைப் பிடித்துக் குலுக்கினான். “இந்த மழையிலே நனைஞ்சு தண்ணி பிடிச்சுண்டு வரலைன்னா என்ன குடிமுழுகிப் போச்சு? நாளைக்கு ஜுரம் குரம்னா எவன் டாக்டர்கிட்டேப் பணத்தைக் கொட்டி அழறது?” என்றான்.

“உங்களுக்கு ஒண்ணும் குடிமுழுகிப் போயிடாது. தண்ணி வரப்போ பிடிச்சு வைச்சுண்டா நாலு துணியையாவது அலசிப் போடலாமேன்னுதான். வீட்டுலேயே இருந்து திண்டாடறது நான்தானே.”

அவன் பதில் சொல்லாமல் படுத்துக்கொண்டான். மழை குறைய ஆரம்பித்தது. நின்றும்விட்டது. இருவரும் படுத்து கொண்டார்கள். விளக்கு எரிந்துகொண்டிருந்தது. மீண்டும் திடீரென்று மழை வலுவாகப் பெய்ய ஆரம்பித்தது.

மனைவி சட்டென்று எழுந்து உட்கார்ந்துகொண்டாள். கணவன் “என்ன?” என்றான்.

"இன்னும் ஒரு டின் பிடிச்சுண்டு வந்துட்டா இன்னிப்போதைத் தள்ளிடலாம்."

"ஒண்ணும் வேண்டாம், வெறுமனே படு."

மழை பெரிதாகவே விழுந்துகொண்டிருந்தது. அவளால் வெறுமனே படுக்க முடியவில்லை. கணவன் கேட்டான், "அதான் டாங்கித் தண்ணி தரானே."

"மூணு நாளைக்கு ஒரு தரம். அங்கே எவ்வளவெல்லாம் இழிவு பட வேண்டியிருக்கு. எனக்கு ஒண்ணும் உடம்புக்கு வந்துடாது. நான் போய் இன்னொண்ணு பிடிச்சுண்டு வந்துடறேன்."

"வேண்டாம். நானே போய்த் தொலையறேன் மழை பத்து நாளாக் கொட்டறது. இன்னும் குழாயிலே தண்ணி வந்த பாடாக் காணோம்." அவன் ஒரு டப்பாவையும் குடையையும் எடுத்துக்கொண்டு கிளம்பினான். "இன்னொண்ணையும் காலி பண்ணிண்டு எடுத்துண்டு போங்களேன்," என்று மனைவி சொன்னாள்.

"எல்லாம் நீயே போய்த்தொலை," என்று கணவன் டாப்பாவை யும் குடையையும் தடாலென்று கீழே விட்டெறிந்தான்.

"உங்களை யாரு இதுக்கு வரச்சொன்னா? நானே போய்க் கொண்டு வந்துடுவேன். மாசக்கணக்கிலே இப்படித் தண்ணி சுமந்துகொண்டு வந்தாச்சு. இன்னும் கொஞ்ச நாளைக்கும் நானே போறேன்," என்று சொல்லி மனைவி கிளம்பினாள்.

அவள் டப்பாக்களையும் குடையையும் எடுத்துக்கொண்டு போன இடத்தில் ஓர் உருவம் தண்ணீர் பிடித்துக்கொண்டிருந்தது. "யாரு?" என்று கேட்டாள்.

"நான்தான்."

"யாரு ஜமுனாவா?"

"ஆமாம்."

"நீ என்ன இங்கே வர ஆரம்பிச்சுட்டே? உங்க வீட்டிலேயே பிடிச்சுக்கக் கூடாதா?"

"எங்கே, மாமி? பத்துப் பேரோட போட்டி போட வேண்டி யிருக்கு. இங்கே யாரும் இல்லையேன்னு வந்தேன். இதோ நான் பிடிச்சுண்டாச்சு. உங்க பாத்திரத்தை கீழே வையுங்கோ."

ஜமுனா தவலையைத் தூக்கி அந்த வீட்டையும் அடுத்த வீட்டையும் பிரிக்கும் சுவர்மீது வைத்துக்கொண்டாள். அவள்

ஒரேயடியாக நனைந்துபோயிருந்தாள். "சாயா, சாயா" என்று குரல் கொடுத்தாள்.

"இந்த மழையிலே இதெல்லாம் காதிலே விழுமா? பக்கத்திலே இருக்கிறவ எனக்கே சரியா கேக்க மாட்டேன்கறதே."

மழை சீறிக்கொண்டு அடித்தது. இரு கிரசினாயில் டப்பாக் களும் நிறைந்துவிட்டன. "நீ எப்படிப் போகப் போறே? மழையிலே எவ்வளவு நாழி நனைஞ்சுண்டு நிப்பே?"

"இந்தத் தவலையை ஒரு நிமிஷம் இப்படியே பிடிச்சுக்கறேளா? நான் சுவர் ஏறி அந்தப் பக்கம் போய் வாங்கிக்கறேன்."

"சுவரேறியா வந்தே நீ?"

"என்ன பண்ணறது மாமி. வாசலெல்லாம் ஒரேயடியாத் தோண்டிப்போட்டு, காலை எங்கே வைச்சா உள்ளே போயிடும்னு தெரியாம இருக்கு. தெருவிலே விளக்கே கிடையாது. இந்த இருட்டுலேயும் மழையிலேயும் என்ன பண்ணறது?"

ஜமுனா சுவரேறிக் கீழேயிறங்கித் தன் தவலையை வாங்கிக் கொண்டாள்.

இந்த தடவை ஆட்கள் மிக கவனமாகத் தோண்டிக்கொண்டிருந்தார்கள். கடப்பாரைக்கு அவசியம் இல்லாமல் இருந்தது. மண்வெட்டி கொண்டே சேறாகவும் சதுப்பாகவும் மாறியிருந்த மண்ணைப் பள்ளத்திலிருந்து எடுத்துத் தெருவில் போட்டுக்கொண்டிருந்தார்கள். சற்றே உலர்ந்திருந்த தார்ப்பரப்பு சிறிது சிறிதாகச் சேற்றுக் குழம்பால் நனைய ஆரம்பித்தது. செருப்புப் போட்டுக்கொண்டு போகிறவர்களின் உடையில் பின்புறம் அவர்கள் நடைக்கேற்பச் சேற்றுத் துளிகள் தெறித்து ஒட்டிக் கொண்டன.

காக்கிச் சட்டை நிக்கர் அணிந்த ஒருவர் சைக்கிளில் அவர்களிடம் வந்தார். மண்ணையள்ளிப் போட்டுக்கொண்டிருந்த ஒருவன் "சப்ளை கட் பண்ணிட்டீங்களா?" என்று கேட்டான். சைக்கிள் ஆள் பீங்கான் ஃபியூசை எடுத்துக் காண்பித்தார்.

தெருக்காரர்கள் யாரும் இம்முறை வேலை செய்துகொண்டிருந்தவர்களிடம் வரவில்லை. அவர்கள் தங்கள் வேலையைப் பார்த்துக்கொண்டு போனார்கள். குடத்தையும் பக்கெட்டையும் யார் எடுத்துக்கொண்டு போனாலும் இப்போது பொருத்தமானதாகத் தென்பட்டது.

குழந்தைகள்தான் சூழ்நிலையில் ஏற்படும் மாறுதல்களைக் காண முடிந்தவர்களாக இருந்தார்கள். தெருவோரம் நீண்டு கிடந்த பள்ளத்தில் சேறோடு சில இடங்களில் தண்ணீராகவும் தேங்கி நின்ற பகுதிகளில் காகிதக் கப்பல்கள் பண்ணி மிதக்க விட்டார்கள்.

வண்டிகள் வெகு ஜாக்கிரதையாக அந்தத் தெருவில் சென்றன.

சைக்கிளில் வந்த காக்கிச் சட்டை ஆள் எங்கேயோ போய்ச் சுற்றி வந்துவிட்டு, “பாத்துத் தோண்டுங்கய்யா. நீங்களும் கேபிளை வெட்டிப் போட்டுடாதிங்க,” என்றார். ஒருவன் மண்ணையள்ளித் தெருவில் போடும்போது அதில் பளிச்சென்று ஏதோ தெரிந்தது. அவன் அதைக் கையில் எடுத்துப் பார்த்தான். பழைய எனாமல் வளையல். அதைத் தூர எறிந்துவிட்டு மீண்டும் வெட்டினான்.

அப்போது ஜீப் ஒன்று அந்தத் தெருக்கோடியில் வந்து நின்றது. அதிலிருந்து ஒரு சிறிய அதிகாரி எனத் தோற்றமளிப்பவர் இறங்கி தோண்டிக்கொண்டிருப்பவர்கள் அருகே வந்தார். அவரைப் பார்த்ததும் காக்கிச் சட்டைக்காரர் ஓடோடி வந்து சலாம் போட்டார். அதிகாரி, “என்ன, டிரேஸ் பண்ணியாச்சா?” என்று கேட்டார்.

“மொத்தம் ஏழெட்டு இடத்திலே கேபிள் கட்டாயிருக்கு சார். இந்த அஞ்சு போஸ்ட் மொத்தமே கேபிள் செக் பண்ணிப் போட்டாகணும், சார்.”

“இதை ஏய்யா இவ்வளவு நாள் பண்ணாமே இருந்தே? இங்கே சப்ளை நின்னு பதினஞ்சு நாளாறது, என்ன தூங்கிட்டா இருந்தீங்க?”

“நாங்க என்ன சார், செய்யறது? ஓவர்சியர் சொன்னா நாங்க செய்யறோம். அவருதான் சாமான் ஒண்ணும் இல்லை, இண்டெண்ட் போட்டது இன்னும் வரலைன்னு சொல்லிக் கிட்டிருந்தாரு.”

“எங்கேயா அவரு?”

“இதோ கோயிலுக்குப் போயிட்டு வறென்னாருங்க. வந்திடுவாரு. எல்லாம் பத்து மணிக்குள்ளாறே. இவுங்களும் தோண்டணும் இல்லிங்களா?”

அதிகாரி அவர்களை விட்டுத் தெருவோடு நடந்து போனார். வீட்டு எண்களைக் கவனமாகப் பார்த்து வந்தவர் ஒரு வீட்டின் முன்நின்றுகொண்டார். அப்போது அந்த வீட்டுக்காரரும் வீட்டு வாசல் கதவருகில் நின்றுகொண்டிருந்தார். இருவரும் சிறிது நேரம் ஒருவரையொருவர் பார்த்துக்கொண்டிருந்தார்கள். வீட்டுக்காரர் அதிகாரியிடம் “என்ன வேண்டும்?” என்கிற முறையில் வீட்டு கேட் வரையில் வந்தார்.

“நீங்கதான் மிஸ்டர் வேதாசலமா?” என்று அதிகாரி கேட்டார். அவருக்கும் அந்த வீட்டுக்காரருக்கும் இடையில் பள்ளம் இருந்தது.

"எஸ். என்ன?"

"ஏன் சார், தெருவிலே விளக்கு எரியலைன்னா மந்திரிக்கா கம்ப்ளெயிண்ட் எழுதறது?"

"என்ன, என்ன?"

"இது கார்ப்பொரேஷன் சார் இது. எடுத்ததுக்கெல்லாம் மந்திரிகிட்டே போனா மந்திரிங்க தெரு விளக்கு பார்க்கத்தான் இருக்காங்களா?"

"நீங்க என்ன பேசறீங்கன்னு எனக்குத் தெரியலை. நீங்க யாரு?"

"ஏ.ஈ.ஈ.சவுத். சும்மா இங்கே சினிமாகிட்டே இருக்கிற சப்ஸ்டேஷன்லே வந்து சொன்னா ஓடி வந்து விளக்கைப் பாத்துட்டுப் போவாங்க. நீங்க உங்களுக்குத்தான் கம்ப்ளெயிண்ட் பண்ணத்தெரியும்னு மினிஸ்டருக்கு எழுதறீங்க"

"நீங்க ஸ்டிரீட் லைட்ஸ் பார்க்க வந்திருக்கீங்களா? ஒரு மாசமா லைட்ஸ் கிடையாது—"

"ஏன் சார் ஒரேயடியா ஒரு மாசம்னு அடிக்கிறீங்க? எங்க கிட்டேதான் டெய்லி சார்ட் இருக்குதே? ஆறு நாள் இங்கே சப்ளை இல்லை. அதுவும் கேபிள் ஃபால்ட்."

"இங்கே இருட்டிலே இதுவரைக்கும் நூறு கார், லாரி, ஆட்டோ ரிக்ஷா, ஒரு பஸ்கூட இந்தப் பள்ளத்தில் இறங்கியாச்சு. எனக்குத் தெரிந்து நாலு ஃபிராக்சர். எவ்வளவு பேருக்குக் கால் கை காயம் சுளுக்கு பட்டதோ தெரியாது. இப்படிப் பள்ளம் இங்கே பயங்கரமா இருக்கிறப்போ விளக்கும் கிடையாதுன்னா இங்கே இருக்கிறவங்க என்ன பண்ணுவாங்க?"

"நீங்க சப்ஸ்டேஷனுக்கு ஃபோன் பண்ணியிருக்கலாமே?"

"ஃபோன் இல்லே, நேரேயே போய் பத்து தடவை சொல்லியாச்சு. எங்களுக்கும் தெரியும் இது கார்ப்பொரேஷன்னு. ஆனா மினிஸ்டருக்கு கம்ப்ளெயிண்ட் கொடுத்ததிலேதான் நீங்க இரண்டாம் நாளே வரீங்க."

"நீங்கள்ளாம் எஜுகேடட் பப்ளிக். நீங்களே இந்த மாதிரி டிஃபிகல்டீஸ் அண்டர்ஸ்டாண்டு பண்ணாதபடி பெரிய இஷ்யூவா பண்ணிடறீங்க."

"இதிலே என்ன சார் பெரிய இஷ்யூ? மாசக் கணக்கிலே தண்ணியே கிடையாது. இதோ இப்படி மாசக்கணக்கிலே

தெருவிலே பள்ளம் தோண்டிப் போட்டுட்டுச் சரியா அடைக்கிறது கிடையாது. இப்போ தெரு விளக்கும் கிடையாது."

"எல்லாம் இந்தப் பள்ளத்தாலேதான் சார் வந்தது. வாடர்வொர்க்ஸ்காரங்க கண்ட டெம்பரரி ஆள்களை வைச்சுத் தோண்டி குழாய் மாத்திப் போட்டுப் போறாங்க. தோண்டறப்போ குறுக்கே கேபிள் கீபிள் வருமேனு ஒரு யோசனை கிடையாது. எங்கெங்கே வாடர் மெயின் புதுசாப் போட்டாங்களோ அங்கெல்லாம் கேபிளைக் கொதறிப் போட்டுட்டாங்க."

"ஓகோ, அதுனாலேதான் தெரு விளக்குப் போயிடுத்தா? ஆனா வீடுங்கள்ளே வருதே?"

"அது ஓவர்ஹெட் வொயர்ஸ். அதுவும் அண்டர் கிரவுண்டு இருந்தா அதுவும் போனதுதான்."

இரு ஆட்கள் தெருவின் பாதி நீளம்வரை பள்ளத்திலிருந்து சேறையும் மண்ணையும் எடுத்துவிட்டார்கள். கோயிலுக்குப் போய்விட்டு வந்த அவர்களுடைய ஓவர்சியருக்கு அன்று திருப்திகரமான நாளாக அமையவில்லை. ஜீப் வண்டி மீண்டும் வர அதிகாரி அதில் ஏறிப்போய்விட்டார். வேதாசலத்திற்கு இப்போது ஆட்கள் வேலை செய்வதில் ஓர் அக்கறை ஏற்பட்டு அவர்களிடம் சென்று ஓவர்சியரிடம் பேசினார். "இன்னி ஈவினிங்குக்குள்ளே முடிஞ்சுடுமா?"

"ஏதோ பாக்கணுங்க . . . டேய், பாத்து ஒழுங்கா வெட்டி எடுடா! அந்தப் பெரிய கல்லை எடுத்து முதல்லே வெளியிலே போடுடா."

ஓவர்சியரும் காக்கிச் சட்டை ஆளும் சிறிது தள்ளியிருக்கும் போது வேதாசலம் பள்ளம் தோண்டும் ஆட்களைக் கேட்டார்:

"உங்களுக்கெல்லாம் என்ன சம்பளம்?"

"சம்பளம் எங்கேங்க? கூலிதானே."

"ஏய்யா?"

"நாங்கள்ளாம் டெம்பர்ரி ஆள்கதானே சாமி."

"சாயா, சாயா" என்று ஜமுனா சாயாவை எழுப்பினாள். சாயா புரண்டு படுத்துக்கொண்டு, இன்னொரு முறை புரண்டு, எழுந்து உட்கார்ந்து கொண்டாள். பிறகு மிண்டும் படுத்துக்கொண்டு விட்டாள்.

"லேட்டாகலே உனக்கு? மணி ஏழாகப் போறது, எழுந்திரு."

சாயா போர்வையை இழுத்துப் போர்த்திக் கொண்டாள். "நான் இன்னிக்கு ஆபீஸுக்குப் போகலை" என்றாள்.

ஜமுனா பரபரப்புடன் "உடம்பு ஏதாவது சரியில்லையா?" என்று போர்வையை விலக்கி சாயாவின் நெற்றியைத் தொட்டுப் பார்த்தாள்.

"அதெல்லாம் ஒண்ணுமில்லை சும்மாத்தான் ஆபீஸுக்குப் போகலை."

"அப்பா! எனக்கு ஒரேயடியாப் பயமாப் போயிடுத்து. ஆனா நீ இன்னிக்கு ஆபீஸுக்குப் போகாமலிருப்பதும் நல்லதுதான். நான் இன்னிக்கு எதுலே சமைக்கப்போறேன் தெரியுமா?"

சாயா அதிகம் சுவாரஸ்யப்படாதவளாக, "எதுலே?" என்று கேட்டாள்.

"புது குக்கர்லே."

"ஓகோ."

"சரி, நீ எழுந்திருக்கிறபடி எழுந்திரு. நான் உனக்கு டீ மறுபடியும் போட்டுத் தரேன்."

சாயா சடக்கென்று எழுந்தாள். "டீ எனக்கும் சேத்துப் போட்டுட்டயா?" என்று கேட்டாள்.

"ஆமாம் தினம் செய்யற மாதிரிதான்."

"சரி, இதோ நானும் வந்துடறேன்."

சாயா பல்லைத் தேய்த்துவிட்டு சுவரில் சாய்ந்தபடி குந்திக் கொண்டு உட்கார்ந்தாள். ஜமுனா அவளிடம் ஒரு கோப்பையைத் தந்தாள். சாயா நிதானமாக டீயைக் குடித்தாள். டீ குடித்தபின் கோப்பையைப் பக்கத்திலேயே தரையில் வைத்துவிட்டு வெற்று நோக்குடன் அப்படியே உட்கார்ந்திருந்தாள்.

"நீ நேத்திலேந்து என்னமோ மாதிரி இருக்கே" என்று ஜமுனா சொன்னாள்.

"அப்படியா?" என்று சாயா கேட்டாள்.

"ஆமாம்" என்று ஜமுனா சொன்னாள்.

சாயா பெருமூச்சு ஒன்று விட்டுவிட்டு அப்படியே உட்கார்ந் திருந்தாள்.

"என்ன விஷயம்?" என்று ஜமுனா கேட்டாள்.

"ஒண்ணுமில்லே" என்று சாயா சொன்னாள். பிறகு, "நேத்திக்குக் கடுதாசு வந்துடுத்து" என்றாள்.

"யார்கிட்டேயிருந்து? இங்கேயா? நான் வீட்டிலேயேதானே இருந்தேன்?"

"ஆபீஸுக்கு வந்தது." சாயா எழுந்து போய் தன் கைப்பையைத் திறந்து ஒரு கடிதத்தை எடுத்து ஜமுனாவிடம் கொண்டுவந்து கொடுத்தாள் ராணுவத்தினர் உபயோகிக்கும் இன்லண்ட் கடிதமது. "ஏபிஓ" போட்டு ஏதோ எண் குறித்திருந்தது.

ஜமுனா கடிதத்தைப் பிரித்துப் பார்த்தாள். சாயாவின் கணவன்தான் எழுதியிருந்தான். அவன் எதிர்பார்த்து வேண்டிக் கேட்டுக்கொண்ட மாற்றம் கிடைக்கவில்லை. எப்போது கிடைக்கும் என்று நிச்சயமாகத் தெரியாது. நிச்சயமாகத் தெரிவது இந்த ஆண்டு சென்னையில் குடித்தனம் கிடையாது என்பதுதான்.

ஜமுனா ஒன்றும் சொல்லாமல் கடிதத்தைச் சாயாவிடம் திருப்பிக் கொடுத்தாள். சாயா அதை வாங்கிக்கொண்டு

அப்படியே தரையில் உட்கார்ந்தாள். குப்பென்று விம்மி விம்மி அழ ஆரம்பித்தாள்.

ஜமுனா ஒரே எட்டில் சாயா பக்கத்தில் உட்கார்ந்து கொண்டு அவள் தோள்களைப் பிடித்துக்கொண்டாள். “என்ன சாயா, நீயும் இந்த மாதிரி ஆரம்பிச்சுட்டே? என் கிட்டேந்து அழக்கத்துண்டட்டயா?”

சாயா அழுதுகொண்டே இருந்தாள். “சாயா சாயா” என்று ஜமுனா அவளைக் கட்டிப்பிடித்துக்கொண்டாள். “அழாதே, அழாதே, நீயும் இப்படி அசடு மாதிரி இருக்கலாமா?”

சாயா தொடர்ந்து அழுதுகொண்டிருந்தாள். ஜமுனா, சாயா முகத்தை உயர்த்தி அவள் கண்களைத் துடைத்தாள். சாயா, “அக்கா” என்று சொல்லி ஜமுனாவைக் கட்டிக்கொண்டாள். ஜமுனா சாயாவின் முதுகைத் தடவிக் கொடுத்தாள். “அழாதேம்மா, அழாதேம்மா” என்று சொல்லிக்கொண்டேயிருந்தாள். சிறிது நேரத்தில் சாயா அழுவதை நிறுத்தி மீண்டும் நிமிர்ந்து உட்கார்ந்து கொண்டாள். ஜமுனாவைப் பார்ப்பதற்கே கூச்சப்படுவதுபோல் வேறெங்கோ பார்த்தமாதிரியிருந்தாள். ஜமுனா, “சாயா” என்று கூப்பிட்டாள். சாயா பதில் சொல்லாமல் இருந்தாள்.

“சரி, ஆச்சு எழுந்திரு. இவ்வளவு நாள் மாதிரி இன்னும் கொஞ்சம் நாள் இருந்திடுவோம். இப்போ இல்லேன்னு மட்டும் தானே எழுதியிருக்கார். திடீர்னு ரெண்டு மாசம் கழிச்சு இங்கேயே போஸ்டிங் கிடைச்சாலும் கிடைச்சுடலாமே. எழுந்திரு.”

“நான் ரொம்ப நம்பிண்டிருந்தேக்கா” என்று சாயா சொன்னாள். மறுபடியும் அழ இருந்தவள், ஜமுனா அழுத்திப் பிடித்துக்கொள்ள, தன்னைக் கட்டுப்படுத்திக்கொண்டாள்.

“நம்ப உடம்பையே நம்ப முடியலை தெரியுமா?” என்று ஜமுனா கேட்டாள். சாயா விளங்காமல் பார்த்தாள்.

ஜமுனா பேச்சை மாற்றுவது போல, “எதுக்குச் சொன்னேன்னா எதையும் அவ்வளவு தீர்மானமா எதிர்பார்க்கறதுக்கு இல்லை. எழுந்து குளி. சாப்பிட்டப்புறம் பேசுவோம். எதுவும் இன்னியோடே முடியலையே. நாளைன்னு ஒண்ணு இருக்கு. இல்லையா? எழுந்திரு.”

சாயா சிறிது தெளிந்தவளாக எழுந்திருந்தாள். ஒரு வருத்தம் தோன்றும் புன்னகையுடன், “நான் உனக்கு எவ்வளவு உபதேசம்

பண்ணியிருக்கேன் இல்லே? கடைசியிலே எனக்குப் பிரயோஜனம் இல்லாமே போயிடுத்து” என்றாள்.

“இப்போதான் நிஜமான அசடாயிருக்கே. நான்கூட உன் மாதிரி பெருசா அழறதுக்கு நிறைய இருக்கு. ஆனா இன்னிக்கு நாம் சந்தோஷமாயிருந்துடுவோம். சாப்பிட்டுட்டு முரளியைப் போய்ப் பார்க்கலாம். அவனையும் அழைச்சுண்டு பீச்சுக்குப் போகலாம். நீ ஆபீஸுக்குப் போகாதது நல்லதுதான்.”

“எல்லாம் பழையபடிதான்.”

“ஆமாம். பழையபடிதான். ஆனா எல்லாம் அப்படியே இருந்துடறதா? நம்ம வேணும்னாலும் வேண்டாம்னாலும் மாறறது மாறித்தான் போயிடறது.”

ஜமுனா காய்கறிக் கூடையை எடுத்து அதிலிருந்து வெங்காயத்தையும் உருளைக்கிழங்கையும் கீழே கவிழ்த்தாள். நான்கு கரப்பான் பூச்சிகளும் தரையில் விழுந்து வெவ்வேறு திசையில் ஓடின. அப்போது வீட்டின் கிழ்ப்புறத்தில் குழாயடியிலிருந்து பெரிய இரைச்சல் கேட்டது. “அம்மா வாயேன்! இங்கே வாயேன். இதோ பாரு, தண்ணி கொட்டறது!” என்று வீட்டுக்காரர்களின் மூத்த பையன் கத்திக்கொண்டிருந்தான். வேஷ்டி சிறிது கலைந்திருப்பதைக்கூடப் பொருட்படுத்தாமல் வெறி பிடித்தவன்போல பம்பு அடித்துக்கொண்டிருந்தான். தண்ணீர் கொட்டிக்கொண்டிருந்தது.

இரண்டே நிமிஷத்தில் அந்தப் பம்பைச் சுற்றி பதினைந்து பேர் வந்துவிட்டார்கள்.

"அடே, இன்னிக்குத் தண்ணி வந்திடும்னு பேப்பர்லே போட்டிருந்தானா?" என்று ஒருவர் கேட்டார்.

அவருக்கு யாரும் பதில் தரவில்லை. வீட்டுக்காரப் பையன் தடால் தடாலென்று பம்பு அடித்துக்கொண்டிருந்தான். தண்ணீர் ஏகமாக இரும்புத் துரு கலந்து கலங்கி வந்துகொண்டிருந்தது. வெகு சீக்கிரத்தில் பம்பைச் சுற்றித் தரையெல்லாம் தண்ணீர் பரவி ஓட ஆரம்பித்தது.

"நான் கொஞ்சம் அடிக்கறேண்டா, நான் கொஞ்சம் அடிக்கறேண்டா" என்று அவன் தங்கை கெஞ்சினாள். அவன் அம்மா, "நீ எதுக்கு வரே? போய் பக்கெட் பாத்திரம் ஏதாவது எடுத்துண்டு வா" என்றாள்.

இதற்குள் ஒரு குடித்தனக்காரர் பெரிய தவலை ஒன்றை எடுத்துக்கொண்டு வந்துவிட்டார். வீட்டுக்கார அம்மாள், "நீங்கள்ளாம் கொஞ்சம் இருங்கோ. இப்பத்தானே தண்ணி வர ஆரம்பிச்சுருக்கு. டேய், விட்டுடாதே. கை வலிச்சா சொல்லு" என்றாள்.

ஆனால் அன்று அவனுக்குக் கை வலிக்கும் என்றே தோன்றவில்லை. சோர்வே இல்லாமல் தொடர்ந்து பம்பு அடித்துக்கொண்டிருந்தான். தண்ணீர் பெருகி வந்துகொண்டிருந்ததே அவனுக்கு மேலும் மேலும் வலுவைக் கொடுத்த மாதிரி இருந்தது. "நீங்க தவலையை வையுங்க மாமா. அவ பக்கெட் கொண்டுவரத்துக்குள்ளே இதை ரொப்பிடலாம்" என்று சொன்னான்.

"இன்னி முழுக்க அடிச்சாக்கூட இது ரொம்பாதே . . . கொஞ்சம் தள்ளி நில்லுங்கோ ... ஏண்டி, ஏன் இவ்வளவு நாழி?"

"நீங்க சும்மா வையுங்கோ மாமா. தண்ணியெல்லாம் கீழே போறது."

அவர் தவலை வைத்து சில விநாடிகளுக்குள் வீட்டுக்காரர் களின் பக்கெட் வந்துவிட்டது. தவலை நகர்த்தப்பட்டது.

பக்கத்து வீட்டு ஜன்னல் படீரென்று திறந்துகொண்டது. அங்கிருந்து ஒரு பெண் குரல், "தண்ணி வரதா?" என்று கேட்டது. அதைத் தொடர்ந்து அந்த வீட்டில் தண்ணீர் அடிக்க ஆரம்பித்த சப்தம் வந்தது. இந்தப்புறம் இருக்கும் வீடு, எதிர் வீடு, மொட்டை மாடி வீடு. கோணல் வெராண்டா வீடு, முன்புறம் கீற்றுக் கொட்டகை கொண்ட வீடு ஆக எல்லா வீடுகளிலும் தண்ணீர் பம்பு அடிக்க ஆரம்பித்திருந்தார்கள். தண்ணீரும் ஒவ்வொரு விட்டிலும் வந்தது.

ஜமுனாவும் சாயாவும்கூடக் குழாயடியில் வந்து நின்று தண்ணீர் கொட்டுவதை நம்ப முடியாததுபோலக் கண் கொட்டாமல் பார்த்து நின்றார்கள். ஜமுனா சாயாவிடம், "இப்போ பகவானே வந்தாக் கூடக் கொஞ்சம் திண்ணையிலே காத்திருங்கோ, குழாயிலே தண்ணி வரதை நன்னாப் பாத்துட்டு வரோம்னுதான் சொல்லுவோம்" என்றாள்.

சாயா சொன்னாள் "தண்ணி வராதப்போ மட்டும் நான் என்ன கஷ்டப்பட்டுட்டேன்? உன்னைத்தான் நான் அலைய விட்டேன்."

வீட்டுக்காரப் பையனின் முதல் உற்சாகம் குறைந்து அவன் பம்பை இன்னொருவரிடம் ஒப்படைத்தான். தண்ணீரை உள்ளே கொண்டுபோன அவன் அம்மா கேட்டாள், "ஏண்டா தண்ணிலே ஏதாவது நாத்தம் வரதா?"

ஒருவர் சொன்னார், "இவ்வளவு மாசம் வராம இருந்து இப்போ வரது, ஏதாவது கொஞ்சம் நாத்தம் வரும்."

"இல்லே, சாக்கடை நாத்தம் மாதிரி இருக்கு. டேய், பாருடா."

பையன் இரு கைகளாலும் பம்பிலிருந்து கொட்டும் தண்ணீரைக் கையில் ஏந்தி வாயில் விட்டுக்கொண்டான். உடனே வெளியே துப்பினான். "என்னமோ மாதிரிதான் இருக்கு."

"என்னமோ மாதிரியா? நான் பாக்கறேன்" என்று அவன் தங்கை சிறிது வாயில் விட்டுக்கொண்டாள். அவளும் உடனே கீழே துப்பி, "சீ" என்றாள்.

"என்ன?" என்று அவள் அண்ணா கேட்டான்.

"சரியான மூத்திர நாத்தம்" என்று அவள் சொன்னாள். தொடர்ந்து தூதூவென்று உடலெல்லாம் அருவருப்புத் தெரியத் துப்பிக்கொண்டிருந்தாள்.

ஒரு அம்மாள் பக்கத்து வீட்டுப் பக்கம் பார்த்து, "என்ன உங்க வீட்டிலே வர தண்ணி நாறறதா?" என்று கேட்டாள்.

அந்த அம்மாள் சொன்னாள், "இப்பத்தான் அந்தத் தண்ணிலே ஸ்நானம் செஞ்சேன். ஒண்ணும் இல்லே போலேயிருக்கே?"

"வாயிலே விட்டுண்டு பார்த்தேளா?"

"இல்லையே, ஏன்? என்ன?"

"கொஞ்சம் மறுபடியும் பாருங்கோ."

ஒரு நிமிஷம் கழித்து அந்த அம்மாள் சொன்னாள், "என்னமோ மாதிரி உப்புக் கரிக்கிறது."

"சாக்கடை நாத்தம் இல்லையே?"

இன்னும் ஒரு நிமிஷம் கழித்து அதே அம்மாள், "ஐயோ ஆமாம். ஒரே நாத்தமா நாறறதே! இதைப் போய்த் தலையிலே கொட்டிண்டேனே?" என்று சொன்னாள்.

இப்போது வாயில் விட்டுக்கொண்டு பார்க்க வேண்டிய அவசியம் இல்லாமல் தண்ணீர் நாற்றமடித்துக்கொண்டபடியே வெளியில் பெருகிக்கொண்டு வந்தது. தவலைக்காரர் தன் முக்கால் தவலையையும் அப்படியே அங்கே கவிழ்த்தார். வீட்டுக்காரப் பையன் கேட்டான், "சாக்கடைத் தண்ணியை ஏன் இங்கே கவிழ்த்து சேறாக்கறேள்? கொல்லப்பக்கம் கொண்டு போய்க் கொட்டக் கூடாது?"

"இந்தத் தண்ணியை நான் சுமந்துகொண்டு போய்க் கொட்டணுமா? எனக்கு முன்னாலேதான் நீங்களே இங்கே சேறா அடிச்சிருக்கேளே?"

பம்பு அடிப்பது நின்றது. எங்கேயோ தண்ணீர்க் குழாயும், சாக்கடைக் குழாயும் கலந்து அந்த இடத்தில் இருந்த ஏழெட்டு வீடுகளிலும் குழாயில் சாக்கடைத் தண்ணீர்தான் வருகிறது என்று உறுதியாயிற்று. இம்மாதிரி முன்னெப்போதோ நடந்தபோது குழாய்களைச் சரிபடுத்த இரண்டு நாட்களாயின. அதற்குள் அந்தத் தெருவில் ஐந்து பேருக்கு மஞ்சள் காமாலை வந்துவிட்டது. ஆபீஸுக்குப் போகத் தாமதமான போதிலும் ஜமுனாவின் வீட்டுக்காரரின் மகன் புகார் செய்ய கார்ப்பொரேஷன் ஆபீஸுக்குப் போனான்.

ஜமுனா சொன்னாள், "சாக்கடைத் தண்ணியிலேயும் தண்ணி சரியான ஃபிளஷ்ஷவுட் தண்ணி."

"இதுக்குக்கூட பகவான் திண்ணையிலேயே காத்திண்டிருக்கணுமில்லே?" என்று சாயா சொன்னாள். ஜமுனா சிரித்த படியே, சாயா பின்தொடர மாடிப்படிப் பக்கம் போனாள். அங்கே பாஸ்கர் ராவ் காத்துக்கொண்டிருந்தான்.

பாஸ்கர் ராவைப் பார்த்து ஜமுனா சாயா இருவரும் ஒரு நிமிஷம் திகைத்து நின்றார்கள். சாயாவை எதிர்பாராதது போல பாஸ்கர் ராவும் சிறிது உற்சாகம் குன்றிக் காணப்பட்டான். ஜமுனா தான் முதலில் நிதானம் திரும்பப் பெற்றவளாக, "வாங்க, எப்ப வந்தீங்க?" என்றாள்.

சாயா கடுமையாக மாறி நின்றாள். ஜமுனா அவள் கையை இறுகப் பிடித்துக்கொண்டாள்.

"வந்து ரொம்ப நேரம் ஆச்சா?" என்று ஜமுனா மீண்டும் கேட்டாள்.

இப்போது பாஸ்கர் ராவ் சகஜமான தன்மை திரும்பப் பெற்றவனானான். ஒரு அஞ்சு நிமிஷ மாச்சு. எட்டிப் பார்த்தேன். குழாயண்டை ஒரே கும்பல். தண்ணி வந்துடுத்து போலேயிருக்கு" என்றான்.

"ஆமாம் அஞ்சாறு மாசத்துக்கப்புறம் இப்பத் தான் குழாயிலே அதுவாத் தண்ணி வந்தது."

சாயா பாஸ்கர் ராவைப் பார்த்து, "சாக்கடைத் தண்ணி" என்றாள். உடனே வேறு பக்கம் பார்த்து நின்றாள்.

பாஸ்கர் ராவ் புரியாதவனாக, "என்ன?" என்று கேட்டான்.

"தண்ணி முதல்லே சாக்கடைத் தண்ணி மாதிரி வந்தது. ஆனா அதெல்லாம் சரியாயிடும். தண்ணி வந்துடுத்து. அதான் முக்கியம். வாங்க மேலே போகலாம்."

சாயா ஜமுனாவின் பிடியிலிருந்து தன்னை விடுவித்துக்கொண்டு வெளியே போகப்போவது

போல முயற்சி செய்தாள். ஆனால் ஜமுனா அவள் கையை இறுகப் பிடித்துக்கொண்டு மாடிப்படியில் ஏறினாள். பாஸ்கர் ராவ் அவர்கள் பின்னால் மாடிப்படி ஏறி வந்துகொண்டிருந்தான். சாயா தன்னால் இயன்றவரை புடவைத் தலைப்பை இழுத்துத் தன் பின்புறத்தைப் போர்த்திக்கொண்டாள்.

அறையை அடைந்தவுடன் பாஸ்கர் ராவுக்கு நாற்காலியை இழுத்துப் போட ஜமுனா சாயாவின் கையை விட்டுவிடத்தான் வேண்டியிருந்தது.

சாயா, “நான் போறேன்” என்றாள்.

“எங்கே?” என்று ஜமுனா கேட்டாள்.

“எங்கேயாவது போறேன்” என்று சாயா சொன்னாள். ஆனால் அப்படிச் சொல்லியிருக்க வேண்டாம் என்று அவளுக்கே தோன்றியது போல நின்றாள்.

அதை பயன்படுத்துபவள்போல ஜமுனா, “சாயா, இரேன், சித்தே இரேன், நம்ப ரெண்டு பேருமாத்தானே வெளிலே போறதா இருந்தோம்?” என்றாள். சாயா ஒரு மூலைக்குப் போய் ஒரு பெட்டி மீது உட்கார்ந்துகொண்டாள். சாயா தன் பக்கம் சிறிதளவுகூடப் பார்க்கவில்லை என்ற உணர்வில் பாஸ்கர் ராவ் ‘அவள் வெளியே போனால் போகட்டுமே’ என்கிற மாதிரி ஜமுனாவைப் பார்த்துச் சைகை செய்தான். ஜமுனா அச்சைகையைக் கவனிக்காதவள்போல “டீ சாப்பிடறீங்களா? உட்காருங்க,” என்றாள். பாஸ்கர் ராவ் ஒரு கணம் ஒன்றும் செய்யப் புரியாதவன்போல நின்றான். பிறகு நாற்காலியில் உட்கார்ந்தான். ஜமுனா டீ போட ஸ்டவ்விடம் சென்றாள். அதற்குள் சாயா ஸ்டவ்விடம் சென்று “நானே போடறேன், எனக்கே இன்னும் கொஞ்சம் வேண்டியிருக்கு,” என்றாள். ஜமுனா ஸ்டவ்வை விட்டு பாஸ்கர் ராவ் உட்கார்ந்த இடத்தருகில் வந்தாள்.

“உன்னோடக் கொஞ்சம் தனியாப் பேசணும்னு வந்தேன்,” என்று பாஸ்கர் ராவ் சொன்னான்.

“இப்பதான் சொல்லுங்களேன்,” என்று ஜமுனா சொன்னாள்.

“நான் வந்தாலே உன் தங்கை ஏதோ பெரிய கொலைகாரன் வந்த மாதிரிப் பண்ணிடறா,” என்று பாஸ்கர் ராவ் சொன்னான். ஜமுனா பதில் சொல்லாமல் இருந்தாள். சாயாவிடமிருந்து சத்தமே வராது போனாலும் அவள் எந்த நிமிஷமும் வெடித்து

விடுவாள்போல இருந்தது. பாஸ்கர் ராவ் மட்டும் இன்னும் சிறிது தைரியம் வந்தவனாக, "கார் வாங்கிட்டேன்," என்றான்.

"எப்போ? புதுசா?" என்று ஜமுனா கேட்டாள்.

"புதுசு மாதிரிதான். நான் கிருஷ்ணா மூவிஸுக்கு வேலை பண்ணினதுலே பதினஞ்சாயிரம் ரூபாய் புரோகரேஜ்ஜே வர வேண்டிருந்தது. இப்போ அந்த கம்பெனியையே மூடிட்டாங்க. நான் காரை எடுத்துண்டேன்."

சாயா ஏதோ முணுமுணுத்த மாதிரி இருந்தது. பாஸ்கர் ராவ் "என்னது?" என்றான். ஜமுனா "ஒன்றுமில்லை," என்று சொல்லி சாயாவிடம் சென்றாள், சாயா கலந்திருந்த டீயில் ஒரு கோப்பையளவு எடுத்துக்கொண்டு பாஸ்கர் ராவிடம் கொடுத்தாள். பாஸ்கர் ராவ் உடனே ஒருமுறை உறிஞ்சினவன் உதடு சுட்டுப் போய்க் கண்களில் நீர் ததும்ப இருந்தான். ஜமுனா, பாஸ்கர் ராவையே பார்த்தமாதிரி நின்றுகொண்டிருந்தாள். பாஸ்கர் ராவ் அவள் பார்வையைச் சந்தித்து பிறகு மீண்டும் டீயை ஊதி ஆற்றிச் சாப்பிடுவதில் முனைந்தான். அவன் தலை நிமிர்த்திப் பார்த்தபோது ஜமுனா இன்னமும் அவனையே பார்த்த மாதிரி நின்றுகொண்டிருந்தாள்.

"உன்னோட பேசணும்னுதான் வந்தேன்," என்று பாஸ்கர் ராவ் சொன்னான்.

"ஒரு வாரம் பத்து நாள் முன்னாலே நானும் உங்களைப் பாத்தாத் தேவலைன்னு நினைச்சேன்... நீங்க சொல்லுங்க," என்று ஜமுனா சொன்னாள். பாஸ்கர் ராவ் சாயாவைப் பார்த்தான். "பரவாயில்லை, சொல்லுங்க. எனக்கு அவகிட்டே ரகசியம் கிடையாது."

"இப்போ ஒரு நல்ல சான்ஸு வந்திருக்கு," என்று பாஸ்கர் ராவ் சொன்னான்.

"எதுக்கு?"

"இந்த கிருஷ்ணா மூவிஸ் மதுசூதன் ராவே ஒரு புது கம்பெனிக்கு ஏற்பாடு பண்ணியிருக்கான். நல்ல சவுண்டு பார்ட்டி. மொத்தம் வொர்க் ஹைடராபாட்டிலே."

ஜமுனா கேட்டுக்கொண்டு நின்றாள்.

"'படிபஹென்' தான் தெலுங்கிலே மறுபடியும் எடுக்கறாங்க. முன்னே நரசு ஸ்டூடியோ எடுத்தது, இப்போ மதுசூதன் உனக்கே சைட் – ஹீரோயின் ரோல் தரேன்றான்."

சாயா தன் கட்டுப்பாட்டை மறந்து ஜமுனா முகத்தையும் பாஸ்கர் ராவ் முகத்தையும் மாறி மாறிப் பார்த்தாள். பாஸ்கர் ராவ் சொன்னான், “நானும் இவ்வளவு நாளா எப்படி எப்படியெல்லாமோ டிரை பண்ணிப் பார்த்துண்டிருக்கேன். ஒரு சைட்–ஹீரோயின் ரோல்கூட இல்லாம உனக்கு ஏற்பாடு பண்ணி என்ன புண்ணியம்?”

“இப்ப எனக்கு சைட்–ஹீரோயின் ரோல் கொடுத்துடு வாங்கன்னு சொல்றீங்களா?” என்று ஜமுனா கேட்டாள். இதைச் சொல்லிவிட்டு சுவரில் தொங்கவிட்டு இருந்த முகம் பார்க்கும் கண்ணாடியிடம் சென்றாள். நெற்றி முன்மயிர் எப்போதும் போலச் சுருட்டை தெரிய இருந்தது. ஆனால் வகிடிலிருந்து காதுவரையில் முன்பு இருந்த ஆறு வளைவுகள் இப்போது நான்காகக் குறைந்திருந்தன. மயிர் முன்னைவிட இன்னும் அதிகமாகப் படிந்து இருந்தது. மயிர் கொட்டிப்போயிருக்கிறது. சிறிது வழுக்கைகூட விழுந்திருக்கிறது. கன்னத்தில் இருபக்கங்களிலும் இப்போது எலும்பு நன்றாகத் தூக்கிக்கொண்டிருக்கிறது. கண்ணுக்கடியில் இரண்டு மடிப்புகள் வந்துவிட்டன. இனிமேல் இதெல்லாம் மறையும்படி சதைப் பிடிப்பு ஏற்படாது. நிச்சயம் இனிமேல் போட்டோவில் எது தெரிந்தாலும் தெரியாவிட்டாலும் பல்தான் பெரிதாக நீட்டிக்கொண்டு நிற்கும். மதுசூதன் அவளுக்கு என்ன செய்ய வேண்டி முன்வந்தாலும் அவனுடைய சினிமாப் படத்தை அவலட்சணமாக்க அவளை அதில் முகத்தைக் காட்டிக்கொண்டு நிற்க வைக்கமாட்டான். அவளுக்கு முகத்தைத் தவிர இப்போது வேறு என்ன இருக்கிறது? ஜமுனா தலையைக் குனிந்து தன்னைப் பார்த்துக்கொண்டாள்.

“நீங்க நிஜம்மாவே சொல்றீங்களா?” என்று கேட்டாள்.

“என்ன அப்படிக் கேக்கறே?” என்று பாஸ்கர் ராவ் கோபித்துக்கொள்ள ஆரம்பித்தான். “இப்ப நேரே போய் இரண்டு ஸ்டில் எடுத்து வந்துடணும்னே உன்னை அழைச்சுண்டு போக வந்தேன்.”

“நான் வரலீங்க.” என்று ஜமுனா சொன்னாள்.

“இப்படி மூணு நாலு தடவை போய் ஒண்ணுமில்லாம போயிருக்கேன்னுதானே நீ நினைக்கிறே. ஆனா இந்தத் தடவை அப்படியெல்லாம் இல்லே. இந்த புரொடக்ஷன்லே நானே ஒரு பார்ட்னர். இது மாதிரியே வேறே.”

“வேண்டாங்க, எனக்கு இனிமே வேண்டாங்க.”

"ஏன் என்னாச்சு இப்போ திடீர்னு?"

"அதுக்குன்னு ஒரு தெம்பு வேணும். ஒரு தைரியம் வேணும். என்கிட்டே முன்னே இருந்ததோ என்னவோ. இப்போ இருக்குன்னு எனக்கு நம்பிக்கையில்லை."

"என்ன நீ என்னமோமாதிரி பேசறே? இதெல்லாம் விட்டுத் தள்ளிட்டு வா என்கூட. சும்மா தண்ணி தண்ணீன்னு மாரடிச்சுண்டு உனக்கு மனசு சரியாயில்லாமப் போயிடுத்து."

சாயா ஜமுனாவையே பார்த்தபடி நின்றாள். ஜமுனா பாஸ்கர் ராவுடன் போய்விட்டால் அத்துடன் ஜமுனாவுடன் உறவே இனி கிடையாது என்று சொல்லிவிடுபவள்மாதிரி இருந்தாள். பாஸ்கர் ராவும் அவனுடைய இயல்பான தன்னம்பிக்கை குறைந்தவனாக சிறிது சங்கடத்துடன்தான் அங்கு உட்கார்ந்திருந்த மாதிரி இருந்தது.

"வேண்டாங்க. இனிமே வேண்டாங்க. எல்லாத்துக்கும் மேலே ஒரு காரணம் இருக்கு."

"என்ன?"

"நான் இப்போ மூணு மாசம்."

"ஜமுனா" என்றாள் சாயா. முதல் தடவை யாகப் பெயரையே சொல்லிக் கூப்பிட்டாள். பாஸ்கர் ராவ் பாதி நம்ப முடியாத மாதிரி இருந்தான்.

"என்ன சொல்றே நீ?" என்று சாயா கேட்டாள்.

"ஆமாம். எனக்கு இப்போ சந்தேகமேயில்லை."

"ஐயயோ! அடப்பாவி!" என்று சாயா பாஸ்கர் ராவ் பக்கம் திரும்பினாள்.

"இந்தா, இந்தா. என் மேலே நீ பாயாதே" என்று பாஸ்கர் ராவ் அவசரமாகச் சொன்னான்.

"அயோக்கிய ராஸ்கல்! என் அக்காவை இப்படியா கொண்டு வந்து நிறுத்தியிருக்கே!" மூலையில் சாத்தியிருந்த ஒரு குடையை சாயா கையில் எடுத்துக்கொண்டாள்.

"சாயா, நீ பேசாமே இரு" என்று ஜமுனா சொன்னாள்.

"நானா பேசாம இருக்கணும்? இந்த அயோக்கியனை மண்டையை உடைச்சுக் கொல்லணும்!" பாஸ்கர் ராவ் திகிலுடன் எழுந்து நின்றுவிட்டான்.

"சாயா, நீ பேசாமே இரு!" என்று ஜமுனா அதட்டினாள். பிறகு பாஸ்கர் ராவிடம், "நீங்க போயிடுங்க, நீங்க போயிடுங்க" என்றாள்.

"இவன் போயிடுவானா இவன்! விட்டுடு வேனா இவனை!" என்று சாயா சொல்லி அறைக் கதவிடம் பாய்ந்து சென்று நின்றாள். தன் காலால்

பின்னாலிருந்த கதவைத் தள்ளிச் சாத்தியும்விட்டாள். "டேய், இவளுக்கு ஒரு வழி சொல்லுடா! சொல்லு" என்றாள்.

பாஸ்கர் ராவ் தான் ஏதாவது சொல்லித்தான் ஆக வேண்டும் என்று உணர்ந்தவன்போல, "நான் சொல்லறதென்ன? எங்கே யாவது அழைச்சுண்டு போறேன்" என்றான்.

"அழைச்சுண்டு போயி?" என்று சாயா அதட்டினாள்.

"சரி பண்ணிடறேன்."

சாயா குடையை ஓங்கி, "சரி பண்ணிடுவாயாடா, சரி?" என்றாள்.

"நான் வேறென்ன பண்ணமுடியும்? நான் குழந்தையைப் பெற முடியுமா?"

"ராஸ்கல்!" என்று சாயா பாஸ்கர் ராவ் மீது பாய்ந்தாள். ஜமுனா ஒரே தாவில் அவளைப் பிடித்துக் குடை பாஸ்கர் ராவ் மீது விழாதபடி தடுத்தாள். பாஸ்கர் ராவ் கதவுப்பக்கம் ஓடப் பார்த்தான். சாயா ஜமுனாவிடம் தன்னை விடுவித்துக்கொண்டு கதவுத் தாழ்ப்பாளைப் போட்டுவிட்டாள். இப்போது பாஸ்கர் ராவும் வெறி பிடித்தவன்போல இருந்தான். ஜமுனாவைப் பார்த்து, "இதோ பார். இந்த மிரட்டலுக்கெல்லாம் நான் பயந்துட மாட்டேன். இந்த மாதிரி அம்பது பேரைப் பார்த்திருக்கேன், என் கிட்டே செல்லாது. ஜாக்கிரதை" என்றான்.

ஜமுனா, "சாயா, நீ சித்தெ வெறுமனே இரேன்" என்றாள். ஆனால் சாயா இன்னும் பொங்கிக்கொண்டு இருந்தாள். பாஸ்கர் ராவ் சிறிது தணிந்து, "வழின்னா நான் என்ன பண்ண முடியும்?" என்று கேட்டான்.

"வழியா? நாலுபேர் முன்னாலே கல்யாணம் பண்ணிக்கோடா இவளை" என்று சாயா சொன்னாள்.

பாஸ்கர் ராவ் சிரித்தான், "கல்யாணம் பண்ணிக்கிறேன். அப்புறம் நான், உங்கக்கா ரெண்டு பேரையும் ஜெயில்லே கொண்டு கொண்டுபோய் வைச்சுடுவாங்க. எம் பொண்டாட்டி சோறு கொண்டு வந்து போட மாட்டா. நீதான் போடணும்." என்றான்.

"சட்டமாடா சொல்லறே எனக்கு" என்று சாயா சொன்னாள். மேற்கொண்டு ஒன்றும் தோன்றாமல் நின்றாள்.

"ஏதோ இப்படி நேர்ந்துடறதுதான். ஏதோ என்னாலே முடிஞ்சதைச் செய்யறேன்," என்று பாஸ்கர் ராவ் சமாதானம் சொல்ல ஆரம்பித்தான். சாயாவுக்குப் பேச்சு ஒன்றும் தோன்றாமல் மீண்டும், "ராஸ்கல்!" என்று வெறியோடு குடையை நீட்டினாள். இம்முறை அது பாஸ்கர் ராவைத் தொடையில் குத்திவிட்டது.

"ஏ!" என்று பாஸ்கர் ராவ் தொடையைப் பிடித்துக் கொண்டான். அவனுக்கு நன்றாக வலித்திருக்க வேண்டும். ஆனால் காயம் ஒன்றும் படவில்லை.

"என்ன சாயா, நீ இப்படியிருக்கே? இனிமே எனக்கு உன் மேலே கோபம் வந்திடும்," என்று ஜமுனா சொன்னாள். சாயா "எக்கேடு கெட்டுப் போ" என்று சொல்லிக் குடையை கீழே வீசியெறிந்தாள். ஜமுனா பாஸ்கர் ராவின் முழங்காலைப் பிடித்து, "அடி பெரிசா பட்டுடுத்தா?" என்று கேட்டாள். பாஸ்கர் ராவ் வெறுப்புடன் அவள் கையை உதறினான். ஜமுனா சிறிது பின்தங்கி நின்றாள். பாஸ்கர் ராவ் நிமிர்ந்து ஜமுனா சாயா இருவரையும் அவர்களுக்குச் சரி நிகரான மாதிரி நேருக்கு நேர் பார்த்தான். ஜமுனா சொன்னாள், "நீங்க போங்க, எல்லாம் அப்புறம் பார்த்துக்கலாம். பாஸ்கர் ராவ் அறைக் கதவைத் திறந்து கொண்டு வெளியே போனான். அவன் போன பிறகுதான் நாற்காலியில் உட்காருவதற்காக அவன் விரித்துப் போட்டிருந்த கைக்குட்டை அப்படியே இருப்பது தெரிந்தது.

சாயா முதலில் வெறுப்புடன் ஜமுனாவைப் பார்த்தாள். பிறகு கனிந்து போய், "என்னக்கா இப்படிப் பண்ணிட்டே?" என்றாள்.

"நான் என்ன பண்ணிட்டேன்?" என்று ஜமுனா கேட்டாள்.

"அந்த அயோக்கியனை விட்டுட்டுயேக்கா. அவன் இனிமே இந்தப் பக்கம் வரவே மாட்டானே?"

"போனாப் போறது."

சட்டென்று ஒரு சந்தேகம் தோன்றி சாயா ஜமுனாவை உற்று நோக்கினாள். ஓர் இழைபோன்ற நம்பிக்கையுடன், "அக்கா, நீ சொன்னது பொய்தானே? பொய்தானே? அவனைப் போகச் சொல்றதுக்குத்தானே அப்படிச் சொன்னே?" என்று கேட்டாள்.

"இல்லை, சாயா, நான் பொய்யையே விட்டுட்டேன்."

"அப்படின்னா நிஜமாவேயா?"

தண்ணீர்

"ஆமாம்."

"அக்கா," என்று கதறிக்கொண்டே சாயா ஜமுனாவைக் கட்டிக்கொண்டாள். ஜமுனா அவளைத் தடவிக் கொடுத்து "நீயேன் அழறே?" என்றாள்.

"என்னக்கா இப்படி? என்ன பண்ணறது?"

"என்ன பண்ண முடியும்? இப்படியே இருக்கறதுதான். நீ தான் காலையிலே எல்லாம் பழையபடிதான்னு சொன்னயே. அப்படியே இருந்துட்டாப் போறது."

"இதெல்லாம் பழையபடியா?"

"நம்ப நினைச்சுக்க வேண்டியதுதான்."

"எப்படிக்கா? நம்ப நாலுபேர் நடுவிலே இருக்கோமே? நாலு பேருக்குப் பதில் சொல்லணுமே?"

"பதில் சொல்லிண்டாப் போறது."

"எனக்குப் பொறுக்க முடியலையேக்கா" என்று சாயா மீண்டும் ஜமுனாவைக் கட்டிக்கொண்டு அழுதாள். கீழே தெருவில் கார் ஒன்று கிளம்புவதற்கு மறுத்து அதை மீண்டும் மீண்டும் கிளப்புவதற்கு முயற்சி செய்வது கேட்டது. அதைப் புரிந்துகொண்டு ஜமுனா சாயா இருவரும் ஒருவரையொருவர் பார்த்துக்கொண்டார்கள். "நான் அவனைப் போய் இழுத்துண்டு வரேனக்கா," என்று சாயா சொன்னாள்.

"வேண்டாம், வேண்டாம். இழுத்துண்டுவந்து என்ன பண்ணறது?"

"குழந்தைக்கு அப்பா அவன் தான்னாவது சொல்ல வைக்கலாம் இல்லையா?"

"அவன் அப்பான்னு சொல்லிட்டா அவன் அப்பாவாயிட முடியுமா? அப்பா எதுக்கு? நம்பளுக்கெல்லாம் அப்பாயிருந்தாளா?"

"என்ன பேத்தறே, ஜமுனா?"

"ஏதோ நம்பறதுதானே? நம்பலைன்னா அதுக்குப் பதிலா என்ன பண்ண முடியும்?"

“என்னாயிடுத்து உனக்கு? பைத்தியம் கியித்தியம் பிடிச்சுடுத்தா?”

“யாரை நம்பறது? நம்பளை நம்பளேதான் நம்பிக்கணும். அதுகூட முடியாதுன்னு இப்போ தெரியறது பார்.”

தெருவில் காரைக் கிளப்ப இஞ்சினை முடுக்குவதோடு சில சிறுவர்கள் ஓவென்று கூச்சலிடுவதும் கேட்டது. ஜமுனா அறை ஜன்னல் வழியாகக் கண்களை இடுக்கிக்கொண்டு பார்த்தாள். அங்கேயிருந்து பார்க்கக்கூடிய தெருவின் பகுதியில் ஒன்றும் தெரியவில்லை. சாயாவும் அவளுடன் சேர்ந்துகொண்டாள். ஆனால் சில வினாடிக்குள் ஒரு காரைச் சில சிறுவர்கள் தள்ளுவது தெரிந்தது. காரில் பாஸ்கர் ராவ்தான் உட்கார்ந்து கொண்டிருந்தான்.

“பெரிசா கார்லே வான்னு கூப்பிட்டானே, ராஸ்கல். ஓட்டைக் கார்” என்று சாயா சொன்னாள்.

ஜமுனா அவளைப் பார்த்துப் புன்முறுவல் செய்தாள். அவர்கள் பார்வையிலிருந்து கார் நகர்ந்து மறைந்தது.

ஜமுனா சொன்னாள், “பாவம், இங்கே தெருவெல்லாம் இன்னும் மோசமாத்தான் இருக்கு.”

“அவனுக்குப் போய் பாவம் என்கிறாயே?” என்று சாயா அருவருப்போடு சொன்னாள்.

“சரி அதைவிடு. நம்ப வேலையைப் பார்க்கலாம். நான் சமைச்சுடட்டுமா? இல்லே, வெளியிலே எங்கேயாவது பாத்துக்கலாமா?”

சாயா உற்சாகமே இருக்க முடியாதவளாக, “வெளியிலேயே போக வேண்டாம். எனக்கு வெளியிலே போகவே பிடிக்கலை,” என்றாள்.

“எனக்கு வெளியிலே போகணும்போலேயிருக்கு. அம்மாவைப் பார்க்கணும் போலேயிருக்கு. எல்லாரையும் ஒரு தடவை பார்த்துடணும் போலேயிருக்கு.”

சாயா மீண்டும் ஏதோ சந்தேகம் தோன்ற ஜமுனாவைப் பார்த்தாள். ஜமுனா சிரித்தபடி சொன்னாள், “என்ன நீ, என்னென்னெல்லாமோ நினைச்சுக்கறே? நான் ஒண்ணும்

பண்ணிண்டுட மாட்டேன். எனக்காக் கிழம் தட்டிச் சாகற வரைக்கும் நான் இருப்பேன்."

சாயா விளக்கம் ஒன்றும் பெறாதவளாக இருந்தாலும் படபடப்பு நீங்கியவளாக இருந்தாள். "என்னவோ போ, எனக்கு ஒண்ணும் புரியலை" என்றாள்.

அப்போது தெருவில் மீண்டும் சிறுவர்கள் கூப்பாடு கேட்டது. ஜமுனா ஜன்னலிலிருந்து பார்த்தாள். இம்முறை காரை முன் புறத்திலிருந்து பின்னால் தள்ளிக்கொண்டிருந்தார்கள். பாஸ்கர் ராவ் முகம் கறுத்து இருந்தான்.

சாயா, "நீ போ போன்னாக்கூட அவனாலே போக முடியலை பாரு" என்றாள்.

ஜமுனா சிரித்தாள். சாயா சொன்னாள், "நீயும் வேணும்னாப் போய்த்தள்ளு."

"நீயும்தான் வாயேன். ரெண்டு பேருமாப் பிடிச்சுத் தள்ளுவோம்."

சாயாவும் சிரித்துவிட்டாள்.

"வா, நம்ப வெளியிலே கிளம்புவோம். நான் இன்னிக்கு வீட்டிலே சமைக்கப் போறது இல்லை. பாவம், புதுக் குக்கர். அதுக்கு ரொம்ப ஏமாத்தமா இருக்கும். வா, கிளம்பு."

சாயா, "இன்னும் யாருமே குளிக்கலை," என்றாள்.

"என்ன குளிக்கறது வேண்டியிருக்கு? மூஞ்சியை மட்டும் அலம்பிண்டு வெளியிலே போவோம். குளிக்காம இருந்ததுனாலே என்ன பெரிய வித்தியாசம் ஆயுடப்போறது" என்று ஜமுனா சொன்னாள்.

சாயா, "சரி," என்றாள். பிறகு சட்டென்று கவலை தோன்ற, "நீ என்ன பண்ணுவே அக்கா? எனக்கு ஒரே பயமாயிருக்கே?" என்றாள்.

"எனக்கும் பயம் இல்லாமல் இல்லை. ஆனா ஒண்ணும் பண்ணிக்கறது இல்லைன்னு மட்டும் தீர்மானம் பண்ணிண்டேன். பாப்போம்."

"எனக்கு என்னமோ பண்ணறது. ரொம்பப் பயமா இருக்கு. ஐயோ, இப்படிச் சகதியிலேபோய் மாட்டிண்டிருக்கயே அக்கா? நான் பயந்ததெல்லாம் நிஜமாயிடுத்தே!"

ஜமுனா சாயாவைக் கட்டிக்கொண்டாள். “எப்பவோ நடக்கப் போறதுக்கு ஏன் இப்பலேருந்தே கவலைப்பட்டுண்டு இருக்கணும்? இன்னிக்கு சந்தோஷமா இருந்துடலாம், வா.”

“மாமா, மாமி... எனக்கு ஒவ்வொண்ணா தோணறது. அவா எவ்வளவு பிச்சு வாங்கிடுவா? அம்மாக்கு ஏதாவது சொன்னாக்கூடப் புரியாது.”

ஜமுனா சாயாவின் முகத்தை நிமிர்த்திப் பார்த்தாள். “இதெல்லாம் நானும் நினைச்சுப் பார்த்துட்டேன், சாயா. அதது வரப்போ பாத்துக்கறது. நீ எங்கூட இருப்பேல்லே?”

சாயா ஜமுனாவை ஏறிட்டுப் பார்த்துத் தன் கண்ணீர் ததும்பும் கண்களை மூடிக்கொண்டாள். ஜமுனா சாயாவின் கன்னங்களைத் துடைத்தாள். தெருவில் இரைச்சல் மீண்டும் கேட்டது. சாயா சொன்னாள், “அவன் ஒழிஞ்சப்புறம் போகலாம்க்கா. இப்போ போனா மறுபடியும் அவன் முகத்திலே முழிக்கணும்.”

“சரி.”

ஜமுனா உடனே தரையில் ஒரு பாயை விரித்தாள். “ஏன்?” என்று சாயா கேட்டாள். “எனக்குக் கொஞ்சம் நாழி கண்ணை மூடிக்கொண்டு படுத்துக்கணும் போலேயிருக்கு.”

ஜமுனா படுத்துக்கொண்டு கண்ணை மூடினாள். வெகு நேரமாகக் கார் தள்ளும் சிறுவர்களின் கூப்பாடு கேட்கவில்லை என்று தோன்றியபோது கண்ணைத் திறந்தாள். சாயா அப்போது ஜன்னலருகே நின்று தெருவைப் பார்த்தவண்ணம் இருந்தாள்.

“என்ன, போயிடுத்தா?” என்று ஜமுனா கேட்டாள்.

“அப்படித்தான் போலேயிருக்கு.” என்று சாயா சொன்னாள்.

ஜமுனா எழுந்தாள். ஒரு கணம் அவள் தள்ளாடிய மாதிரி இருந்தது. ஆனால் உடனே சமாளித்துக்கொண்டு முகத்தைக் கழுவிக்கொண்டாள். ஸ்டவ்விடம் ஒரு டபராவில் டீ சிறிது இருந்தது. “டீ எனக்கும் போட்டயா?” என்று சாயாவைக் கேட்டாள்.

“அரைத் தம்ளர் போட்டேன், அதைக்கூடச் சூடு இருக்கிறப்போ உனக்குத் தர முடியலை.”

“அதனாலே என்ன? ஆறியிருந்தாலும் இந்த டீ நன்னா இருக்கு.” ஜமுனா தண்ணீராகக் குளிர்ந்துபோயிருந்த டீயை ஒரே மூச்சில் குடித்தாள்.

"போவோமா?" என்று ஜமுனா கேட்டாள். சாயா வருத்தம் தோய்ந்த முகத்தைச் சரியென்று சொல்வது போல அசைத்தாள்.

கதவைப் பூட்ட இருவரும் நிலைப்படியில் நின்றபோது நாற்காலியில் கிடந்த பாஸ்கர் ராவின் கைக்குட்டை சாயா கண்களில் பட்டது. மறுபடியும் ஒரு வெறி வந்து அவள் அறை உள்ளே போனாள். குடையை எடுத்து அதன் காம்பால் கைக்குட்டையைத் தூக்கி ஜன்னல் வழியாக வெளியே தள்ளினாள். மீண்டும் அறைக் கதவின் அருகில் ஜமுனா வந்தவுடன், "அக்கா" என்று சொல்லி, பொங்கி வந்த விம்மலில் பேச்சு வெளிவராமல் நின்றாள்.

"இதுக்கு முடிவேயில்லை, சாயா. நம்ப ரெண்டுபேரும் கட்டிண்டு நாளெல்லாம் அழுதுண்டிருக்கலாம். ஆனா அழத்தான் வேணுமா? என் முன்னாலே நீ இருக்கே, உன் முன்னாலே நானிருக்கேன். போறாது?"

"அம்மா" என்று சாயா ஜமுனாவைக் கட்டிக்கொண்டு குலுங்கக் குலுங்க அழுதாள்.

"சரி, வா உள்ளே. நம்ப இன்னிக்கு எங்கேயும் வெளியிலே போகவேண்டாம்" என்று ஜமுனா சொன்னாள்.

சாயா கண்களைத் துடைத்துக்கொண்டு மூக்கை உறிஞ்சினாள். "இல்லே, வெளியிலேயே போவோம். நான் ஒழுங்கா யிருக்கேன்," என்றாள்.

"என் கண்ணே, நீ என்னிக்கு ஒழுங்காயில்லாமே இருந்தே." என்று சொல்லி ஜமுனா சாயாவை இழுத்துக் கட்டிக்கொண்டாள். ஆனால் அந்தக் கணத்தை நீடிக்க விடாமல் உடனே தன்னை விடுவித்துக்கொண்டு அறைக் கதவையிழுத்துச் சாத்திப் பூட்டினாள்.

மாடிப்படியிலிருந்து தெருவைப் பார்த்தபோது அது சாதாரணமாகத்தான் இருந்தது. குழாய்கள் மாற்றிப் போடுவதற்குத் தெருவோரமாகத் தோண்டியிருந்த இடம் இன்னும் சேறும் சதுப்புமாகத்தான் இருந்தது. ஜமுனாவும் சாயாவும் தங்கள் வீட்டெதிரிலும் நீண்டிருந்த அந்தச் சேற்றுப் பள்ளத்தைக் கவனமாகத் தாண்டித்தான் தெருவில் காலடி வைக்க முடிந்தது.

"அங்கே பார்," என்று ஜமுனா காட்டினாள்.

பாஸ்கர் ராவ் இன்னும் அந்தத் தெருவை விட்டுப் போக வில்லை. தள்ளித் தள்ளியே தெருவின் கோடிவரை கார் சென்றிருந் தது. இப்போது காரைத் தள்ளச் சிறுவர்கள் இல்லை. பாஸ்கர் ராவே வெளியில் நின்று, ஒன்றிரண்டு ஆட்களுடன் காரைத் தள்ளிக்கொண்டிருந்தான்.

சாயா சிறிது கண்களை இடுக்கிப் பார்த்துவிட்ட, "அவுங்க தள்ளலை போலிருக்கே?" என்றாள்.

"பிடிச்சுத் தூக்கப் பாக்கிறமாதிரித்தான் எனக்கும் இருக்கு" என்று ஜமுனா சொன்னாள்.

"ஆமாம் நீ சொன்னவுடனே எல்லாம் சரியாத் தெரியறது. இடது பக்கத்துச் சக்கரம் இரண்டும் சேத்திலே இறங்கியிருக்கு."

சாயா ஜமுனாவின் கையைப் பிடித்துக்கொண்டாள்.

●●●